D9900135

ఓయూ వెలుగులో
తెలంగాణ విద్యార్థి ఉద్యమం

(ఎం.ఫిల్. పరిశోధన అధారితం)

నలమాస కృష్ణ

ఎడిటర్స్

అరుణాంక్

డేవిడ్

ఛాయ

హైదరాబాద్

OU VELUGULO
TELANGANA VIDHYARTHI UDYAMAM
Author : NALAMASA KRISHNA

©Author

First Edition :
February, 2024

Copies : 500

Published By:
Chaaya Resources Centre
103, Haritha Apartments,
A-3, Madhuranagar,
HYDERABAD-500038
Ph: (040)-23742711
Mobile: +91-70931 65151
email: editorchaya@gmail.com

Publication No: CRC-112
ISBN No. 978-93-92968-72-3

Cover and Book Design :
Kranthi@7702741570

For Copies:
All leading Book Shops
https:/amzn.to/3xPaeId
bit.ly/chaayabooks
www.chaayabooks.com

లోపలి పేజీల్లో...

పోరాటం - అధ్యయనం

తెలంగాణ ఉద్యమం కేసీఆర్ వచ్చాకనే ప్రారంభమైందని కొందరు చరిత్రను వక్రీకరిస్తున్నారు. కేసీఆర్ దీక్ష మూలంగానే తెలంగాణ ఉద్యమం ఉధృతమైందని నమ్ముతున్న వాళ్లు అనేక మంది. కానీ చరిత్ర తెలియని వారు కొత్త చరిత్రను నిర్మించలేరు. కోస్తాంధ్ర ఆధిపత్యానికి వ్యతిరేకంగా జరిగిన రాష్ట్ర సాధన పోరాటంలో ప్రజల చరిత్రను దాని దృక్పథాన్ని సరిగ్గా అర్థం చేసుకోకుండా కొత్త చరిత్రను నిర్మించలేం. మహా ఉధృతమైన తెలంగాణ రాష్ట్ర సాధన రెండవ దశ పోరాటాన్ని దానికి కర్త, కర్మ, క్రియగా నిలిచిన విద్యార్థి ఉద్యమాన్ని గురించి లోతుగా తెలుసుకోవడం అవసరం.

మీడియా, పత్రికలు, గులాబీ మేధావులు చిత్రీకరించినది వాస్తవ చరిత్ర కాదు. దీక్ష విరమించి నిమ్మరసం తాగిన కేసీఆర్ ద్రోహం నుండి పెల్లుబికిన విద్యార్థి ఉద్యమమే చరిత్ర మలుపుకు దారి తీసింది.

ఎం.ఫిల్. పరిశోధన పత్రం ఇది. ప్రజల ఆకాంక్షల దృక్పథం నుండి తెలంగాణా ఉద్యమాన్ని చూస్తుంది. ప్రభువు ఎక్కిన పల్లకిని కాకుండా పల్లకిని మోసే బోయీల గురించి ఆలోచించమని కవి చెప్పినట్లుగా ప్రత్యామ్నాయ దృష్టిలో చరిత్రను పరిశీలించాలని నా పరిశోధన పత్రం వివరిస్తుంది.

రాజుల కాలం నుండి నేటి పాలకుల వరకు ఆధిపత్య దోపిడి వర్గాల చరిత్రే చరిత్రగా రికార్డు అయ్యింది. నిజమైన పోరాటకారులు, శ్రమజీవులు, త్యాగశీలుర చరిత్ర త్రొక్కివేయబడింది. నిరాకరించబడింది. ప్రచారానికి నోచుకోలేదు.

తెలంగాణ చరిత్ర ఆసాంతం ధిక్కార స్వరాలతో, త్యాగాలతో కదలాడిన మహాద్భుతమైన ప్రజాచరిత్ర. తెలంగాణ విద్యార్థి ఉద్యమం వంద సంవత్సరాల చరిత్ర, ప్రపంచ చరిత్రలో నిలిచిపోయే గొప్ప పరంపర.

అనేక కారణాల వల్ల తమ చరిత్రను తాము రికార్డు చేసుకోవాలన్న సకస్పృహ ప్రత్యామ్నాయ బుద్ధి జీవుల్లో లోపించింది. ఫలితంగా శుద్ధ తెలంగాణ వాదం ముసుగులో పీడక వర్గాల చరిత్రనే తెలంగాణ ప్రజల చరిత్రగా నమోదయింది. తెలంగాణ ప్రజల పోరాటాలు, మహోత్తరమైన విద్యార్థి ఉద్యమ గాథలను తెలంగాణాలోని అగ్రకుల ఆధిపత్య శక్తులు వక్రీకరించాయి. విద్యార్థి ఉద్యమ త్యాగాలను, పోరాటాలను, ప్రతిష్టను తెలంగాణలోని దోపిడి వర్గం నిలువు దోపిడి చేసింది.

గతం తెలియకుండా వర్తమానం అర్థం కాదు. వర్తమానం అర్థం కాకుండా భవిష్యత్తు నిర్మించలేం. మహత్తరమైన ఉస్మానియా విద్యార్థి పోరాటం కాగడాలా, దిక్సూచిలా తెలంగాణ పోరాటాన్ని ఉగ్రరూతలూగించింది. ఉస్మానియా ఉద్యమం పాలకుల ద్రోహాల నుండి పుట్టిన తెలంగాణ అగ్నికిరణం. ప్రజల పోరాట ఆకాంక్షకు ఉస్మానియా విద్యార్థి ఉద్యమం అద్దం పట్టింది. ఉస్మానియా విద్యార్థి ఉద్యమాన్ని, మొత్తంగా తెలంగాణ ఉద్యమాన్ని పురిటితోనే హత్యచేయాలని కోస్తాంధ్ర పాలక వర్గాలతోపాటు, పాలక తెలంగాణ దోపిడి వర్గాలు కూడా ప్రయత్నించాయి. ఉద్యమాన్ని తమ చెప్పు చేతుల్లోకి తీసుకోవాని ప్రయత్నించాయి. ఎన్నో రకాల నిర్బంధాలు , జైళ్లు, అక్రమ కేసులు, అవరోధాలు, ప్రలోభాలు, ప్రభావాల నుండి విద్యార్థి ఉద్యమం తెలంగాణా పోరాటానికి చుక్కానిలా నిలిచింది.

ఈ కాలంలో ఆ పోరాటానికి నాయకత్వం వహించిన వారి పోరాటాల్లో పాల్గొన్న విద్యార్థుల అనుభవాలు వెలకట్టలేనివి.

ఒక తెలంగాణ ఉద్యమకారునిగా, పరిశోధకునిగా ఓయూ పోరాటంతో నాకు విడదీయరాని అనుబంధం ఉంది. క్యాంపస్‌లో లాఠీలు, రబ్బరు తూటాలు దెబ్బలు తిన్న అనుభవాలు ఇంకా కండ్ల ముందే ఉన్నాయి. ఈ పోరాటాన్ని ముందుకు నడపడానికి ఉద్యమ నాయకులతోజరిగిన చర్చోపచర్చలు ఇంకా మరిచిపోని

జ్ఞాపకాలుగా వున్నాయి. ఊపిరిమెసలని కార్యక్రమాల మధ్య జరిగిన పరిశోధన ఇది.

పదకొండు సంవత్సరాల కిందట రావాల్సిన పుస్తకం ఇది. ఏదో ఒక కారణం వల్ల వాయిదాల మీద వాయిదాలు పడుతూ చివరికి మీ ముందుకు వస్తుంది.

ఈ పుస్తకం రావడానికి నేను రచయితగా, పరిశోధకుడుగా ఉన్నప్పటికీ నాతో కలిసి నడిచిన, సంబంధించిన, అనుభవాలు పంచుకున్న, ప్రోత్సహించిన ఎందరో మిత్రుల సమిష్టి ఫలితమే మీ ముందున్న ఈ పుస్తకం.

ఈ పరిశోధనకు సహకరించిన దేవులపల్లి కోటేష్, నైనాల సతీష్, అరుణాంక్ లత, జంజర్ల రమేష్ బాబు, జగన్, రాము, గుర్రం సీతారాములు, సుమన్, కోట రాజేష్, ఉపేందర్, వెంకన్న, స్టాలిన్, డా.సి.కాశీం, బాలబోయిన సుదర్శన్, విజయ్, సుగుణ, పూర్ణ, శిల్ప, పద్మ, బాల లక్ష్మీ, నాగం కుమారస్వామి, మందాల భాస్కర్, దుర్గం భాస్కర్, పిడమర్తి రవి, వంగపల్లి శ్రీనివాస్, రాజరామ్ యాదవ్, కోట శ్రీనివాస్, వరంగల్ రవి, టి.వెంకటేశ్వరావు, కనగరాజు, సునిల్ శెట్టి, వినాయగం...

పరిశోధనకు ప్రోత్సహించిన సూపర్‌వైజర్ ప్రొ.భాంగ్య భుక్యా, ప్రొ.అలోషియస్, డా.వెంకటేష్ నాయక్, డా.రాజు నాయక్, డా.పంతుకాల శ్రీనివాస్, కార్తీక్ నవయాన్, డా.గోగు శ్యామల, డా.నిలేక, డా.హఫీజ్, డా. సునీత, డా.కానిఫ్ నాద్, కనీజ్ ఫాతిమా, ప్రొ.కృష్ణ రెడ్డి, డిపార్టుమెంట్ క్లర్స్ ప్రసన్న, అటెండర్ జ్యోతిలు...

ఈ మొత్తం జర్నీలో నా వెన్నంటి ఉన్నది నా కుటుంబ సభ్యులు...

నలమాస కృష్ణ

హైదరాబాద్

నడుస్తున్న కాలంలో నమోదు చేయాల్సిన చరిత్ర

ప్రపంచీకరణ అనంతరం వ్యక్తివాదం పెరిగి పోయి ఉద్యమాలు ఉండవు అనే ప్రచారం బలంగా నడుస్తున్న కాలంలో ప్రాంతీయ అస్తిత్వ వేదనలోంచి ఎగిసిన విముక్తి పోరాటం తెలంగాణ ఉద్యమం. పల్లెల నుండి పట్టణాల దాకా తెలంగాణ అనని మనిషి లేడు. కులాలు, మతాలకతీతంగా అందరూ ఒక్క గొంతుకగా నినదించిన నినాదం జై తెలంగాణ.

అందులో ముఖ్య భూమిక విద్యార్థులది. మంటలై మండింది, రైళ్ళకు ఎదురెళ్లి ముక్కలైంది, ఉరిపోసుకున్నది, పురుగుల మందు తాగింది. ఏది చేసినా తెలంగాణ అనే ఉద్యమ కాగడను ఆరిపోకుండా చమురు పోసి మండించేందుకే. పాలకులు, ప్రధాన స్రవంతి రాజకీయ నాయకులు ఉద్యమానికి ద్రోహం చేసినప్పుడు మొత్తం తెలంగాణ ఉద్యమాన్ని నడిపించింది విద్యార్థులు.

విద్యార్థులు ఉద్యమాన్ని తమ చేతుల్లోకి తీసుకోవడం వెనుక వందేళ్ళ చైతన్యం ఉన్నది. ఆ చైతన్యం వెనుక స్వాతంత్ర్య ఉద్యమం, రైతాంగ సాయుధ పోరాటం, తొలి దశ తెలంగాణ ఉద్యమం, నక్సల్బరీ పోరాటాల ప్రభావం, స్ఫూర్తి ఉన్నది. ఆ చైతన్యమే తెలంగాణ ఉద్యమాన్ని ఉవ్వెత్తున ఎగిసేలా చేసింది. అట్లా ఉవ్వెత్తున ఎగిసిన విద్యార్థి ఉద్యమం, తెలంగాణ సమాజాన్ని తమ పిలుపులతో రోడ్ల మీదకి తెచ్చిన విద్యార్థి చైతన్యం రాజకీయ పార్టీల కనుసన్నల్లోకి ఎలా పోయింది? దానికి పని చేసిన శక్తులేవి? తెలంగాణ ఉద్యమం ఏకశిలా సదృశ్యం అనుకుంటున్న చోట నిలబడిన, కలబడిన, వెనక్కితగ్గిన శక్తులను బహిర్గత పరచిన పరిశోధన ఈ

పుస్తకం. ఒక్కమాటలో, కళ్ళముందే వక్రీకరణలకు గురవుతున్న తెలంగాణ ఉద్యమ వాస్తవ చరిత్ర.

ఉద్యమాల గురించీ, వాటి చరిత్రల గురించి అకడమిషియన్స్ రాయడమే తప్పితే, ఆ ఉద్యమంలో పాల్గొన్న నాయకత్వమే రాయడం చాలా అరుదు. ఈ పరిశోధన తెలంగాణ ఉద్యమకారుడే పరిశోధకుడిగా చేసిన ప్రయత్నం.

తెలంగాణ నేలపై జరిగిన మహత్తర రైతాంగ సాయుధ పోరాటం గురించీ, అందులో పాల్గొన్న సామాన్యుల గురించి రికార్డయింది చాలా తక్కువే అని చెప్పవచ్చు. ఆ ఉద్యమానంతరం అందులో పాల్గొన్న, ఆ ఉద్యమానికి సహకరించిన దేవులపల్లి వెంకటేశ్వర్లు, పుచ్చలపల్లి సుందరయ్యల్లా, రావినారాయణ రెడ్డి, అరుట్ల రామచంద్రారెడ్డి తదితరులు అనుభవాలు, జ్ఞాపకాల పేరుతో రికార్డు చేయడానికి ప్రయత్నించినా అది ఉద్యమం ముగిశాక, ఉమ్మడి కమ్యూనిస్టు పార్టీ చీలిపోయాక మూడు దశాబ్దాల తర్వాత అసెస్మెంట్ చేశారు. అది ఒక రకంగా ఆనాటికి ఆయా పార్టీలకున్న వైఖరి తప్ప అట్టడుగు ప్రజల వాస్తవ చరిత్ర కాదనే అనుకోవచ్చు. కనీసం ఆ రకంగానైనా ఏదో మేరకు నమోదు చేశారు అని సర్దిపెట్టుకోవడం తప్ప ఏమీ చేయలేని స్థితి ఆనాటిది. అయితే మలి దశ తెలంగాణ ఉద్యమం అనంతరం అలాంటి పొరపాటు జరగకూడదని కొంతమేరకు ఉద్యమ నేపథ్యం ఉన్న అకడమిషన్లు అడపాదడపా ప్రయత్నిస్తునే ఉన్నారు. అలా వచ్చిందే ఈ పుస్తకం అని నిస్సందేహంగా చెప్పవచ్చు. అయితే అకడమిక్ పరిశోధనన్న తర్వాత దీనికి ఒక పరిమితి అంటూ ఉంటుంది. కొన్ని హద్దులు, సరిహద్దులు ఉంటాయి. అలా చూసినప్పుడు ఇది ఓయూ కేంద్రంగా జరిగిన మలిదశ తెలంగాణ ఉద్యమాన్ని సమగ్రంగా నమోదు చేసింది, పూర్తిగా విశ్లేషణ చేసిందని చెప్పలేం కానీ ఒక మేరకు నాటి సజీవ చిత్రాన్ని కళ్లముందు ఉంచేందుకు ప్రయత్నించింది. భవిష్యత్తు పరిశోధనకు దారులు వేసింది అని మాత్రం నిస్సందేహంగా చెప్పవచ్చు. ఉద్యమం నడుస్తుండగానే తీరికలేని కార్యాచరణలో దాని తీరూ తెన్నులపై చేసిన ఓ విశ్లేషణ ఇది. ఆ పరిమితుల్లో దీన్ని అర్థం చేసుకుంటూ అధ్యయం చేయాల్సి ఉంటుంది.

ఇది "ఓయూ వెలుగులో... తెలంగాణ విద్యార్థి ఉద్యమ చరిత్ర"

అరుణాంక్
దేవిడ్

ఉద్యమ పాఠం

విద్యార్థులు సమాజం యొక్క భవిష్యత్తు. వారి అడుగులే నవసమాజ స్థాపనకు నాంది వేస్తాయి. అటువంటి విద్యార్థుల ఉద్యమ చరిత్రను నలమాస కృష్ణ చాలా చక్కగా ఈ పుస్తకంలో వివరించారు. అందుకు కృష్ణకు నా అభినందనలు. ఈ పుస్తకం తెలంగాణ నేపథ్యంలో వ్రాయబడినప్పటికీ అనేక జాతీయ విషయాలను ఇందులో చొప్పించడం జరిగింది.

తెలంగాణ అనేక సామాజిక, రాజకీయ ఉద్యమాలకు భూమిక పోషించింది. ఈ ఉద్యమంలో విద్యార్థులు ముందు వరసలో ఉండి పోరాటం చేశారు. ఈ క్రమాన్ని కృష్ణ చాల విపులంగా వివరించినారు. మధ్యయుగ కాలంలో వచ్చిన ముల్కి ఉద్యమం, జాతీయ ఉద్యమం, గ్రథాలయ ఉద్యమం, తెలుగు జాతీయ ఉద్యమం, 1950 నుంచి సాగిన ప్రత్యేక తెలంగాణ ఉద్యమం, 1970 నుంచి వచ్చిన వామపక్ష ఉద్యమాలు... ఈ ఉద్యమంలో విద్యార్థుల పాత్రను ఈ పుస్తకంలో గ్రంథస్థం చేయటం చాలా సంతోషకరమైన విషయం. ఎందుకో ఈ చరిత్ర చాలా కాలంగా గ్రంథస్థం కాలేదు.

ఉస్మానియా యూనివర్సిటీ కేంద్రంగా జరిగిన విద్యార్థి ఉద్యమాలు ఈ దేశానికి స్ఫూర్తిదాయకమవటంలో ఎటువంటి సందేహం లేదు. ఉస్మానియా స్థాపన నాటి నుండే ఈ క్యాంపస్ ఉద్యమాలకు కేరాఫ్ అడ్రస్ అయింది. ముల్కి ఉద్యమం, జాతీయ ఉద్యమం ఈ క్యాంపస్‌లోనే పురుడు పోసుకున్నాయి. ఈ ఉద్యమాల నుండే విద్యార్థులు జాతీయ నాయకులుగా ఏదిగారు. ముఖ్యంగా స్వాతంత్ర్యానంతరం ఈదేశంలో యూనివర్సిటీలు నాయకులను ఉత్పత్తి చేసే

ఖార్కాణాల పాత్ర నిర్వహించాయి. ముఖ్యంగా 1970 దశకంలో వచ్చిన వామపక్ష ఉద్యమాలు, ఎమర్జన్సీ వ్యతిరేక ఉద్యమాలు, ఇండియన్ యూనివర్సిటీ క్యాంపస్‌లలో పురుడు పోసుకొని ప్రజాఉద్యమాలుగా రూపొందాయి. ఈ ఉద్యమాలు ఈ దేశానికి బలమైన నాయకులను అందించాయి. ఈ పుస్తకంలో చెప్పినట్లుగా ఉద్యమాలు సమాజంలో విప్లవాత్మక మార్పులను తీసుకురావటంలో ప్రధాన పాత్ర నిర్వహిస్తాయి. 1970 లో వచ్చిన వామపక్ష విద్యార్థి ఉద్యమాల ప్రభావం 20వ శతాబ్దం చివరివరకు బలంగా, పదిలంగా ఉండింది. అందుకు ఉస్మానియా, కాకతీయ యూనివర్సిటీల్లో వచ్చిన ఉద్యమాలే ఒక ఉదాహరణ.

ఈ ఉద్యమాలు క్రమంగా కుల చైతన్యంకు కూడా నాంది పలికాయి. 1990లో వచ్చిన మండల్ ఉద్యమం తదనంతరం వచ్చిన ఉపకుల ఉనికి ఉద్యమాలు యూనివర్సిటీ కేంద్రంగా వచ్చినాయి. అవి భారత సమాజాన్ని ఎంతో ప్రభావితం చేసినాయి. ముఖ్యంగా ప్రాతినిధ్య రాజకీయాలకు ఒక ఊతమిచ్చినాయి. ఈ ఉద్యమాలు చివరికి విప్లవ పార్టీలు కూడా కులం గురించే చర్చించే విధంగా చేసినాయనటంలో ఎటువంటి సందేహం లేదు. ఈ విషయాలు ఈ పుస్తకంలో సవివరంగా వివరించబడ్డాయి.

విద్యార్థి దశలో ప్రగతిశీల భావాల్ని, రాజకీయ చైతన్యాన్ని కల్గించటంలో విద్యార్థి సంఘాలు, ఉద్యమాలు ప్రధాన పాత్ర నిర్వహిస్తాయి. ప్రస్తుతం దేశంలో వస్తున్న ఆర్థిక, రాజకీయ, సాంస్కృతిక మార్పుల నేపథ్యంలో ఈ పుస్తకం రావటం చాలా అభినందనీయం. ముఖ్యంగా విద్యావ్యవస్థలో వస్తున్న మార్పులు విద్యార్థులను కేవలం బడా పెట్టుబడిదారులకు సేవలు చేసే బానిసలు(టెక్నోక్రాట్స్)గా మార్చుతున్నాయి. ఈ పరిణామాలు సమాజ అభివృద్ధిని వెనక్కి నెట్టే ప్రమాదం ఉంది. ఈ పరిస్థితి నుండి బైటపడాలంటే విద్యార్థులే ఉద్యమించి సమాజాన్ని చైతన్యపర్చాల్సిన అవసరం ఉంది. ఆలోచన పరులను, మేధావులను(థింకింగ్ ఫ్రెండ్స్)ని అందించే ఉధృతికోసం, సమసమాజ, కులరహిత సమాజం కోసం ఆలోచించే పోరాటం చేసే విద్యార్థులకు ఈ పుస్తకం ఒక హాండ్‌బుక్‌గా ఉపయోగపడుతుందని ఆశిస్తున్నాను.

ప్రొ ॥ భంగ్యా భూక్యా

యూనివర్సిటీ ఆఫ్ హైదరాబాద్

భారతదేశంలో విద్యార్థి ఉద్యమ చరిత్ర

భారతదేశంలో విద్యార్థి ఉద్యమాలకు సుదీర్ఘ చరిత్ర ఉన్నది. విద్యార్థి ఉద్యమం వలసవాద వ్యతిరేక ఉద్యమంగా మొదలైంది. వలస పాలకుల సంకెళ్ళ నుండి దేశ విముక్తికోసం స్వాతంత్ర్య ఉద్యమంలో క్రియాశీలంగా పాల్గొన్న విద్యార్థులు కేవలం పాల్గొనడమే గాక దానికి సైద్ధాంతిక తోడ్పాటునిస్తూ నాయకత్వం వహించారు. 'విభజించు పాలించు' అనే మను నీతితో బెంగాల్‌ని మత ప్రాతిపదికన విభజించింది బ్రిటిష్. ఆ అన్యాయమైన చర్యను వ్యతిరేకిస్తూ కదం తొక్కిన విద్యార్థి సమూహం కలకత్తా వీధుల్లో పది వేల మందితో ప్రదర్శన నిర్వహించింది. అందులో హిందువులు, ముస్లింలు మత బేధం లేకుండా పాల్గొన్నారు. సహాయ నిరాకరణ ఉద్యమానికి మద్దతుగా 1920లో విద్యార్థులు కాలేజీలు బహిష్కరించి మరీ పాల్గొన్నారు.

నవజవాన్ భారత్ సభ, భారత్ నవజవాన్ సభ అనే సంస్థలను భగత్ సింగ్, చంద్రశేఖర్ ఆజాద్‌లు ప్రారంభించారు. వాటికి బెనారస్, లాహోర్ యూనివర్సిటీలలో కమిటీలు ఉండేవి. ఈ సంస్థల నాయకత్వంలో పనిచేసే విద్యార్థులు సైద్ధాంతికంగా స్పష్టంగా, బలంగా ఉండేవారు. వాళ్ళు కేవలం బ్రిటిష్ పాలనకు వ్యతిరేకంగానేగాక జాతీయోద్యమంలో గాంధీ-ఇర్విన్ లాంటి

ఒప్పందాలలో కాంగ్రెస్ ఇతర రాజకీయ పార్టీల నాయకత్వాల పాత్రను బట్టబయలు చేశారు. వారు దేశ విభజననూ వ్యతిరేకించారు.

బ్రిటిష్ రాజ్యాన్ని సాయుధ పోరాటం ద్వారా కూలదోయాలని చంద్రశేఖర్ ఆజాద్, భగత్ సింగ్, సుఖదేవ్ తదితరుల నాయకత్వంలో హిందూస్తాన్ సోషలిస్ట్ రిపబ్లిక్ ఆర్మీ అనే మిలిటెంట్ సంస్థ 1928లో న్యూ ఢిల్లీలోని ఫిరోజ్ షా కోట్లాలో ఏర్పడింది. అందులోనే గాక క్విట్ ఇండియా ఉద్యమంలోనూ విద్యార్థులు కీలక పాత్రను పోషించారు. తమ తమ పరిధులను దాటి ఖచ్చితమైన వర్గ పోరాట సిద్ధాంత భూమికతో ప్రజలతో, ఫ్యాక్టరీ కార్మికులతో, రైతాంగంతో ఈ పీడక వలస వ్యవస్థకు వ్యతిరేకంగా జట్టుకట్టారు.

భారత స్వాతంత్ర్య ఉద్యమం మొదలయ్యే నాటికి తమ రాజకీయాలను ప్రచారం చేసే నిర్మాణాత్మకమైన విద్యార్థి సంఘం ఏదీ ఏర్పడలేదు. కాని, స్వాతంత్ర్య అనంతర భారతంలో అఖిల భారత విద్యార్థి సమాఖ్య (AISF), నేషనల్ స్టూడెంట్స్ యూనియన్ ఆఫ్ ఇండియా (NSUI), సమాజ్‌వాది యువజన సభ (SYS) లాంటి విద్యార్థి సంఘాలు 1950లలో ఏర్పడ్డాయి. అందులో కొన్ని తమ రాజకీయ పార్టీలకు అనుబంధంగా, మరికొన్ని రాజకీయ పార్టీలతో సంబంధాలు ఏర్పరచుకుని క్రియాశీలకంగా పనిచేశాయి. భారతదేశంలో 1960వ దశాబ్ది విద్యార్థి పోరాటాలకు గొప్ప కాలంగా చెప్పుకోవచ్చు. అది విప్లవాల కాలం.

"ప్రపంచవ్యాప్తంగా విద్యార్థి ఉద్యమాలు పీడక ప్రభుత్వాలను గద్దెదించుతున్న కాలం అది : వెనిజుల (1958), జపాన్ (1960), దక్షిణ కొరియా (1960), బొలివియ (1964), సుడాన్ (1964), ఇండోనేషియా (1964). భారత ప్రభుత్వ నివేదిక ప్రకారం ఒక్క 1964లోనే ముప్పై మిలిటెంట్ ఉద్యమాలు వచ్చాయి. అందులో 2206 విద్యార్థుల ప్రదర్శనలు, 480 హింసాత్మక ఘటనలు చోటు చేసుకున్నాయి[1]."

హిందీ భాష వ్యతిరేక ఉద్యమం 1979 - 1985 కాలంలో జరిగిన పెద్ద పోరాటం. ఆల్ అస్సాం స్టూడెంట్స్ యూనియన్ (AASU) అస్సాంపై కేంద్ర ప్రభుత్వ వైఖరికి నిరసనగా గ్రామాల్లో ప్రజలను కూడగట్టడమే గాక

---

1. శివసుందర్, అఖిల భారత విద్యార్థి ఉద్యమం (1992) - అముద్రిత రచన

విద్యాసంస్థలను బహిష్కరించి సుదీర్ఘ పోరాటం నడిపింది.

స్వతంత్ర్యానంతర భారతంలో విద్యార్థి ఉద్యమాల చరిత్రలో అస్సాం విద్యార్థి ఉద్యమానికి ప్రత్యేకమైన స్థానం ఉంది. విశ్వవిద్యాలయాల నుండి కళాశాల నుంచి చట్టసభలకు ప్రవేశించిన విద్యార్థి నాయకత్వం కొత్త చరిత్రను లిఖించినది. ఆల్ అస్సాం స్టూడెంట్స్ యూనియన్ 1979లో అస్సాం స్థానిక ప్రజల హక్కుల సాధన కోసం ఆవిర్భవించింది. ఈశాన్య రాష్ట్రాల్లోకి ప్రధానంగా అస్సాంలోకి వలస వస్తున్న తూర్పు పాకిస్తాన్ శరణార్థులకు స్థానికత కల్పించడం వల్ల అస్సాం ప్రజలు అవకాశాలు జీవనోపాధి కోల్పోతున్న సమయంలో AASU ఆవిర్భవించింది.

అస్సామీల హక్కుల కోసం శాంతియుత మార్గంలో ప్రారంభమైన విద్యార్థి ఉద్యమం అతి తక్కువ సమయంలో ఉధృతమైంది. అస్సాంలో గిరిజన తెగలు అధికంగా నివసిస్తున్నాయి. భారత రాజ్యాం తమ పట్ల నిర్లక్ష్యంగా పక్షపాతంగా, అణిచివేత ధోరణితో వ్యవహరిస్తుందనే భావన అప్పటికే అస్సామీలలో బలంగా ఉంది. బ్రిటిష్ వలస కాలం అనంతరం ఈశాన్య రాష్ట్రాలను ఇండియాలో కలుపుకునే ప్రక్రియ, దాని అనంతర పరిణామాల వల్ల ఈశాన్య ప్రాంతం అప్పటికే అసంతృప్తులతో రగిలిపోతోంది.

ఈ నేపథ్యంలో తూర్పు పాకిస్తాన్ 1972 అనంతరం బంగ్లాదేశ్‌గా ఆవిర్భవించింది.

బంగ్లా నుండి వలస సమస్య 1970 నాటికి ఒక ముఖ్యమైన సమస్యగా తలెత్తింది. ఈ అంశాన్ని అప్పటికే బలంగా ఉన్న రాజకీయ పార్టీలు సరిగ్గా పట్టించుకోలేదు. ఓటు బ్యాంకు రాజకీయాల కోసం వలస సమస్యను వాడుకున్నాయి. సరిగ్గా ఈ అనివార్య పరిస్థితుల్లో ఆల్ అస్సాం స్టూడెంట్ యూనియన్ అవతరించింది. 1979 నుండి 1985 మధ్యకాలంలో జరిగిన దాడులు ప్రతిదాడులతో అస్సాం అట్టుడికి పోయింది. సుమారు 2000 మంది ఘర్షణలల్లో చనిపోయినారు. వేలాది మంది గాయాల పాలయ్యారు.అస్సాం రక్త సిక్తమైంది. అస్సాం ప్రాంతం హక్కుల కోసం ఉద్యమిస్తున్న విద్యార్థి నాయకులకు స్థానిక ప్రజల నుండి అనూహ్యమైన స్పందన లభించింది. విద్యార్థులకు మద్దతుగా పౌర సమాజం ఉద్యమంలో పాలుపంచుకుంది. అన్ని వర్గాల ప్రజలు స్వతంత్రంగా హక్కుల రక్షణ ఉద్యమానికి అండగా నిలిచారు. బయట ప్రపంచం మద్దతు కూడా అస్సాం విద్యార్ది ఉద్యమం పొందగలిగింది. అస్సాం ప్రజలు తమ పోరాటం జాతి విముక్తి కోసం అని

సంపూర్ణంగా విశ్వసించి విద్యార్థుల నాయకత్వంలో ముందుకు కదిలారు. ఉద్యమాన్ని అదుపు చేయడానికి కేంద్ర ప్రభుత్వం అనేకసార్లు ప్రయత్నాలు చేసినప్పటికీ ఫలించలేదు. అనివార్య పరిస్థితుల్లో విద్యార్థులతో నేరుగా కేంద్ర ప్రభుత్వం అనేక దఫాలుగా చర్చలు జరిపింది. ప్రధాన రాజకీయ పార్టీలను పక్కనపెట్టి విద్యార్థులు సాగిస్తున్న రాజీలేని పోరాటం అవకాశవాద రాజకీయ పార్టీల పునాదులను కదిలివేసింది.

విద్యార్థి ఉద్యమం రాజకీయ పార్టీగా రూపం తీసుకొని 1985లో అస్సాం గణపరిషత్ పార్టీ ఏర్పాటు అయింది. 1985లో జరిగిన సార్వత్రిక ఎన్నికల్లో 127 అసెంబ్లీ స్థానాలకు గాను 67 అసెంబ్లీ స్థానాలు గెలుచుకున్న అస్సాం గణపరిషత్ ప్రభుత్వాన్ని ఏర్పాటు చేసింది.

ప్రపుల్ల కుమార్ మహంత ముఖ్యమంత్రిగా ఇంకా అనేక మంది విద్యార్థులు శాసనసభ్యులుగా ప్రమాణ స్వీకారం చేశారు.

తదనంతర కాలంలో ఆల్ అస్సాం స్టూడెంట్స్ యూనియన్ నుండి పార్టీగా నిర్మాణ రూపం తీసుకొన్న అస్సాం గణపరిషత్ పార్టీ ప్రభుత్వ ఏర్పాటు వరకు అనేక పరిణామాలు జరిగాయి. విద్యార్థి నాయకులుగా ఉన్న ప్రపుల్ల కుమార్ మహంతా యూనివర్సిటీ నుంచి నేరుగా అసెంబ్లీలో అడుగుపెట్టి ముఖ్యమంత్రిగా ప్రమాణ స్వీకారం చేయడం చరిత్రలో ఒక అసాధారణమైన విషయం. ఈ మార్పు వెనుక అస్సాం ప్రజల ఆకాంక్షలు, జాతి విముక్తి ఆశయం, త్యాగాలు ఇమిడి ఉన్నాయి. AASU-ఏజిపిల ప్రయాణం సరళరేఖలాగా సాదాసీదాగా సాగిపోలేదు.

అనేక ఇబ్బందుల మధ్య నిర్బంధాల మధ్య వీటి ప్రయాణం సాగింది. ఆ సంస్థల్లో నాయకత్వంపై ఏర్పడిన అసంతృప్తి ఉద్యమ సమయంలో అనేక చీలికలు పేలికలు, విలీనాలు, విమర్శలు,దాడులు,ద్రోహాలు ఇలా సర్వం ఇమిడి ఉన్నాయి. పార్లమెంటరీ ప్రాతినిధ్య ప్రజాస్వామ్య రాజకీయ వ్యవస్థ పరిధిలో జరిగిన ఓ అద్భుతమైన ఘట్టంగా దీనిని అభివర్ణించవచ్చు.

అస్సాం గణపరిషత్ నాయకత్వానికి వర్గ దృక్పథం లేకపోవడం వల్ల అంతిమంగా ప్రభుత్వం అస్సాంలోని ఆధిపత్య వర్గాల చేతిలో పనిముట్టుగా మారిపోయింది. భారత ప్రభుత్వాన్ని బెదిరించి, అదిరించి తమ హక్కుల సాధన కోసం నిలబడ్డ అస్సాం ప్రజలను కేంద్రం ముందు ఒక దశలో ఏజీపీ తాకట్టు పెట్టింది. అంతిమంగా ఏజీపీ నాయకత్వం అస్సాం ప్రజల ఆకాంక్షలను సంపూర్ణంగా

నెరవేర్చినప్పటికీ పాక్షికంగా నైనా విజయం సాధించింది. AASU ఉద్యమం విద్యార్థుల్లోని ఒక శక్తిని మరోసారి ప్రపంచానికి చాటి చెప్పింది. త్యాగానికి వెనుదిరగకుండా ఆశయ సాధన కోసం పట్టుదలతో పోరాటం చేస్తే ఎంతటి ఎంతటి లక్ష్యమైన ఎలా సాధించవచ్చు అని AASUఉద్యమం రుజువు చేసింది. ప్రజల మద్దతు పోరాటానికి ఎలా లభిస్తుందో ఈ ఉద్యమం ఒక సాక్ష్యంగా నిలిచింది. అస్సాం ప్రజల్లోని జాతికాంక్షను విద్యార్థి ఉద్యమం సంఘటితం చేసి భవిష్యత్తు తరాలకు ఒక గొప్ప వారసత్వాన్ని అందించింది. భారతదేశ చరిత్రలో మరెక్కడా జరగని విధంగా రాజకీయ పార్టీని ఏర్పాటు చేసుకుని విద్యార్థుల్ని అధికారంలోకి రావడం ఒక అపురూపమైన విషయం అస్సాం అందుకు ఒక గొప్ప ఉదాహరణ .

ఈ ప్రయోగం వినూత్నమైనది. నాయకత్వ సామాజిక పునాది ప్రాపంచిక దృక్పథంలో ఉన్న పరిమితి మూలంగా అది పాత రాజకీయ పునాది స్థానంలో నూతనమైన నిర్మాణం చేయగలిగే అవకాశం ఉండి కూడా పాత ఊబిలోనే కూరుకుపోయింది.

అస్సాంలోని వెనుకబడిన కొండ ప్రాంత ప్రజలు ప్రత్యేక బోడోల్యాండ్ కోసం పోరాడారు. దీని కోసం తర్వాత కాలంలో నేషనల్ డెమోక్రటిక్ ఫ్రంట్ ఆఫ్ బోడోల్యాండ్ అనే ఐక్య కూటమిని ఏర్పాటు చేశారు.

ఇదే సమయంలో ఈశాన్య రాష్ట్రాల ప్రజలు ఇండియన్ యూనియన్ నుండి విముక్తి కావాలని ఆల్ అస్సాం టీ ట్రైబల్ స్టూడెంట్స్ అసోసియేషన్ (AATTSA), ఆల్ మణిపూర్ స్టూడెంట్స్ యూనియన్ (AMSU), కార్బి స్టూడెంట్స్ అసోసియేషన్ (KSA), ఆల్ అరుణాచల్ ప్రదేశ్ స్టూడెంట్స్ యూనియన్ (AAPSU)ల నాయకత్వంలో పోరాడారు.

విముక్తి, సామాజిక - ఆర్థిక, సాంస్కృతిక సమానత్వం, వివిధ జాతుల అభివృద్ధి అనే వారి డిమాండ్లు నేరవేరకపోయేసరికి వారి పోరాటం ఇంకా కొనసాగుతూనే ఉన్నది. పశ్చిమ బెంగాల్ నుండి గూర్ఖాలాండ్ ప్రత్యేక రాష్ట్రం కావాలనే డిమాండ్ ను విద్యార్థులు ముందుకుతెచ్చారు.

అలాగే జార్ఖండ్ ప్రత్యేక రాష్ట్రంగా ఏర్పాటు చేసే వరకూ, సామాజిక - రాజకీయ సమస్యలు పరిష్కరించేవరకు ఎన్నికల బహిష్కరణ చేస్తామని 1986లో ఏర్పడిన ఆల్ ఇండియా జార్ఖండ్ స్టూడెంట్స్ అసోసియేషన్ (AIJSA) ప్రకటించింది. ఆల్ ఇండియా సిఖ్ స్టూడెంట్స్ ఫెడరేషన్ (AISSF) ఖలిస్తాన్ విముక్తి కోసం

భారత రాజ్యానికి వ్యతిరేకంగా ముఖ్యపాత్రను పోషించింది. ప్రోగ్రెసివ్ స్టూడెంట్స్ యూనియన్ (PSU) గోవాను ప్రత్యేక రాష్ట్రంగా ఏర్పాటుచేయాలని పోరాడింది. ఆల్ హైదరాబాద్ స్టూడెంట్స్ యూనియన్ హైదరాబాద్ రాజ్యంలో తన కార్యకలాపాలను ముందుకు తీసుకుపోయింది. వాటికి కొనసాగింపుగా అనేక విద్యార్థి సంఘాలు అదే స్ఫూర్తి, సైద్ధాంతిక పోరాటాలను ముందుకు తీసుకునిపోయారు.

కాలక్రమంలో భారత విద్యార్థి సమాఖ్య (SFI), అఖిల భారత విద్యార్థి పరిషత్ (ABVP), రాడికల్ స్టూడెంట్స్ యూనియన్ (RSU), ప్రగతిశీల ప్రజాస్వామ్య విద్యార్థి సంఘం (PDSU), ప్రజాస్వామ్య విద్యార్థి సంఘం (DSO) లాంటి సంఘాలు ఏర్పడ్డాయి. అవి ఆంధ్రప్రదేశ్‌లో ఉన్న సామాజిక వైరుధ్యాలను అర్థం చేసుకోవడంలో, ఎదుర్కోవడంలో వాటి పాత్రను నిర్వహించాయి.

ఈ మొత్తం విద్యార్థి ఉద్యమాల చరిత్రను ఒకసారి తరచి చూసినట్లయితే వేలాది మంది విద్యార్థులు స్వాతంత్ర్యం – సమానత్వం కోసం జరిగిన పోరాటంలో తమ ప్రాణాలను త్యాగం చేశారు. 90వ దశకం తరువాత మారుతూ వచ్చిన సామాజిక పరిస్థితులు విద్యార్థి ఉద్యమాల పాత్రను మార్చివేశాయి. ప్రపంచ రాజకీయ స్థితి, ఉదార, వైయక్తిక, ప్రపంచీకరణ విధానాల వలన సంస్థాగత దిద్దుబాట్లతో గతంతో పోల్చిచూసినప్పుడు వెనుకపట్టు పట్టాయి.

తెలంగాణ ఉద్యమం ఉస్మానియా యూనివర్సిటీ కేంద్రంగా నడుస్తోంది. దీంతో ప్రభుత్వం, పోలీసులు, ఇంటలిజెన్స్ వ్యవస్థ, రాజకీయ నాయకులు ఉస్మానియా యూనివర్సిటీనే ఎందుకు కీలకంగా వ్యవహరిస్తుంది అని ఉత్సుకతతో పరిశీలిస్తున్నారు. ఉస్మానియా యూనివర్సిటీ విద్యార్థులను తెలంగాణ ఉద్యమం వైపు నడిపించిన చోదక శక్తి ఏమిటి? యూనివర్సిటీలో ఇంతకమునుపు జరిగిన విద్యార్థి ఉద్యమ చరిత్రలోకి వెళ్తే తప్పా ఈ ప్రశ్నకు సమాధానం దొరకదు. కేవలం అకడమిక్స్‌గానే గాక సామాజిక రాజకీయ ఉద్యమాల చైతన్యంలోనూ ఉస్మానియా యూనివర్సిటీ ప్రసిద్ధిగాంచింది. గత 90 ఏళ్లుగా ఉస్మానియా యూనివర్సిటీ విద్యార్థులు అనేక సామాజిక, సైద్ధాంతిక చర్చల్లో, ఉద్యమాల్లో ముందువరుసలో ఉంటున్నారు. నిజాం పాలనకు వ్యతిరేకంగా జరిగిన పోరాటంలో విద్యార్థులు పెద్ద సంఖ్యలో పాల్గొన్నారు. దీన్నే తెలంగాణ రైతాంగ సాయుధ పోరాటం అని అంటారు. తెలంగాణలో పీడిత ప్రజల విముక్తి కోసం ఈ పోరాటం నడిచింది.

1960ల్లో వచ్చిన తెలంగాణా ఉద్యమం, నక్సల్బరీ రాజకీయాలు అప్పటి సామాజిక, ఆర్థిక, రాజకీయ, సాంస్కృతిక, సైద్ధాంతిక విషయాల్లో అనేక కొత్త సమీకరణలను లేవదీశాయి. ప్రత్యేకించి తెలంగాణా ఉద్యమంలో ఓయూ అగ్రభాగాన నిలిచింది. ఇప్పటికీ నిలుస్తోంది.

విద్యార్థులు కేవలం తమ సంక్షేమ సమస్యలైన ఉపకారవేతనాలు, హాస్టల్ సౌలభ్యం, బోధనా సిబ్బంది భర్తీ లాంటి విషయాలే గాక సామాజిక సమస్యలైన ర్యాగింగ్, ఈవ్ టీజింగ్, అవినీతి, శాస్త్రీయ విద్య తదితర వాటికోసం పోరాడారు. విద్యార్థులుగా ఈ దేశ సామాజిక మార్పుకోసం పనిచేయడం తమ కర్తవ్యం అనుకున్నారు. సామాజిక దురాచారాలైన కులం/వర్గం, పితృస్వామ్యం, ప్రాంతీయ దోపిడీ లాంటి అనేక సమస్యలపై యూనివర్సిటీ కేంద్రంగా పోరాటాలు చేశారు. 70వ దశకంలో వారి పోరాట క్షేత్రాలను 'గ్రామాలకు తరలండి' అనే కార్యక్రమంతో గ్రామాల వరకు తీసుకుని పోయారు.

వందేమాతరం (1938), నిజాం వ్యతిరేక పోరాటం మొదలు నాన్ ముల్కీ(1952), తొలిదశ తెలంగాణ (1969), నక్సల్బరీ పోరాటాల మీదుగా మండల్ కమీషన్ అమలు, అస్తిత్వవాదాలు, మలిదశ తెలంగాణా పోరాటం వరకు చైతన్యవంతమైన, బలమైన నాయకత్వాన్ని ఉస్మానియా యూనివర్సిటీ అందించింది. అట్లా వచ్చిన విద్యార్థి నాయకత్వం పోరాటాల చరిత్రలో తమదైన ముద్రను వేసి నడుస్తున్న విద్యార్థి తరానికీ, పోరాటాలకు స్ఫూర్తిగా నిలిచింది.

"నాన్ ముల్కీ ఉద్యమం దక్కన్ రాజకీయ చరిత్రలో ముఖ్యమైన పాత్రను పోషించింది. ఇప్పుడు నడుస్తున్న తెలంగాణా ఉద్యమాన్ని నాన్ ముల్కి ఉద్యమానికి కొనసాగింపుగా చూడాలి. వర్తమాన తెలంగాణ ఉద్యమానికి పునాదులు 500 ఏళ్ల దక్కన్ చరిత్రలో ఉన్నాయి."[2]

అల్లావుద్దీన్ ఖిల్జీ, మహమ్మద్ బిన్ తుగ్లక్‌ల సైన్యం 1294-1351 సంవత్సరాల మధ్య దక్కన్ ఇంకా దక్షిణ భారతదేశాన్ని ఆక్రమించుకుంది. ఇక్కడకు వచ్చి స్థిరపడిన వారిని "దక్కనిస్" అని అంటారు. వీరిలో ఇరాన్, ఇరాక్, తుర్కి ఆఫ్రికా మూలాలు ఉన్నవారు ఉన్నారు. దక్కన్ లో స్థిరపడిన వీరిని అఫాకిస్

2. శోభా గాంధీ - ప్రత్యేక తెలంగాణ ఉద్యమ చరిత్ర (హైదరాబాద్, గాంధీ పబ్లికేషన్స్, 2002), 13

(Afakies) అనగా స్థానికులు కానివారు అని బహమనీ సుల్తానులు పిలిచేవారు. కుతుబ్ షాహీలు వీరితో సామరస్య సంబధాలను నెరిపారు. అంతేగాక ముల్కీ (స్థానిక) నాన్ ముల్కి (స్థానికేతరులు)లను అర్థం చేసుకునే ప్రయత్నం చేశారు. కాని, అసఫ్ జాహీల పరిపాలనలో మళ్ళీ ఈ నాన్ ముల్కీ సమస్య ముందుకు వచ్చింది.

నిజాం ప్రభుత్వంలో ప్రధానిగా ఉన్న సర్ సాలార్‌జంగ్ తనే ఇక్కడ సివిల్ సర్వీసెస్‌ని ప్రారంభించాడు. ఆలీఘర్ యూనివర్సిటీ నుండి హైదరాబాద్ రాజ్యానికి విద్యావేత్తలను శిక్షణ కోసం ఆహ్వానించాడు. అలా ఇక్కడ వలసలు ప్రారంభమయ్యాయి. ఈ ఉద్యోగులు తమ పని అయ్యాక తిరిగి వెళ్లిపోతారని సాలార్ జంగ్ అనుకున్నాడు. కాని వాళ్ళు ఇక్కడే స్థిరపడిపోయి ఉద్యోగ అవకాశాలను తమ స్నేహితులకు, బంధువులకు లాబీయింగ్ చేసి కట్టబెట్టారు. దాంతో స్థానికులు అన్ని రంగాల్లో ఉద్యోగాలు లేకుండా అణచివేయబడ్డారు.[3]

1910 ప్రాంతంలో మహారాజ సర్ కిషన్ ప్రసాద్ ముల్కీల పోరాటాన్ని ప్రారంభించాడు. నాన్ ముల్కీల ఆధిపత్యం, అణచివేతలకు వ్యతిరేకంగా ముల్కీలు పోరాడారు. దాంతో 1919లో ఏడవ నిజాం మీర్ ఉస్మాన్ ఆలీఖాన్ ప్రభుత్వ ఉద్యోగాల్లో కేవలం ముల్కీలకే అవకాశం అనే ఫర్మానా (ఉత్తర్వు) ఇచ్చాడు.

ఆ ఉత్తర్వు "ప్రకారం హైదరాబాద్ రాజ్యంలో పుట్టినవాళ్ళూ, లేదా గత పదిహేను సంవత్సరాలుగా హైదరాబాద్‌లో ఉంటున్నవాళ్ళు, వెళ్ళడానికి ఇంకో చోటు లేనివాళ్ళు వాళ్ళని మాత్రమే ముల్కీలు (స్థానికులు)గా పరిగణిస్తారు."[4]

1934లో ప్రారంభమైన నిజాం సబ్జెక్ట్ లీగ్ "హైదారాబాద్ హైదరాబాదీలదే" అనే నినాదాన్ని తీసుకుంది. వలస పాలన అంతమయ్యాక హైదరాబాద్ రాజ్యాన్ని ఇండియన్ యూనియన్ ఆక్రమించింది. ఆక్రమించే క్రమంలో మానవ హక్కుల హననానికీ, దయలేని మారణకాండలకు పాల్పడింది. హైదరాబాద్ రాజ్యాన్ని ఆక్రమించుకున్నాక మేజర్ జనరల్ జె.ఎన్. చౌదరి హైదరాబాద్ మిలటరీ గవర్నర్‌గా 1949 వరకు కొనసాగాడు. జనవరి 1950లో ఎం.కె. వెల్లోడి అనే సీనియర్ సివిల్ సర్వెంట్ ని హైదరాబాద్ రాష్ట్రానికి ముఖ్యమంత్రిగా నియమించి, నిజాంకి 'రాజ ప్రముఖ్' హోదాని ఇచ్చింది యూనియన్. ఇదే సమయంలో ఇక్కడే

---

3. శోభా గాంధీ – ప్రత్యేక తెలంగాణ ఉద్యమ చరిత్ర (హైదరాబాద్, గాంధీ పబ్లికేషన్స్, 2002), 6

4. శోభా గాంధీ – ప్రత్యేక తెలంగాణ ఉద్యమ చరిత్ర (హైదరాబాద్, గాంధీ పబ్లికేషన్స్, 2002), 9

పాతుకుపోయిన ఆంధ్ర ప్రాంతానికి చెందిన వారు బ్రిటిష్‌తో వారికి ఉన్న సాంగత్యం వలన ఎక్కువ సంఖ్యలో ఉన్నతస్థాయి ఉద్యోగాలు పొందారు. అదే సమయంలో స్థానికులకు వారి న్యాయమైన వాటను తిరస్కరించారు.

అయితే "ముల్కీ నిబంధనలు ఉన్నప్పటికీ హైదరాబాద్‌కి చాలామంది తప్పుడు ముల్కీ పత్రాలతో వచ్చారు. ఒక్క 1952లోనే డెబ్బై వేల మంది ఎంప్లాయిమెంట్ ఆఫీసులో రిజిస్టర్ చేసుకున్నారు. ఎనిమిది వేల మంది ఉన్న రిజర్వ్ పోలీసుల్లో అగ్రభాగం నాన్ ముల్కీలదే."[5]

సరిగ్గా తరచి చూస్తే ఈ చారిత్రక నేపథ్యమే స్వాతంత్ర్య అనంతర భారతదేశంలో ముల్కీ ఉద్యమానికి దారితీసింది అని చెప్పవచ్చు. జూలై 31, 1952న మొదలైన నాన్ ముల్కీ గో బ్యాక్ ఉద్యమానికి మద్దతుగా వరంగల్ విద్యార్థులు తీర్మాణం చేశారు. ఆ తరువాత ఉస్మానియా యూనివర్సిటీ రాష్ట్ర పునర్ వ్యవస్థీకరణ చట్టంతో ప్రభావానికి గురైయింది. హైదరాబాద్ రాజ్యం మహారాష్ట్ర, ఆంధ్రప్రదేశ్, కర్నాటకల మధ్య విభజనకు గురైంది. కమ్యూనిస్ట్ నాయకత్వంలో భూస్వామ్య వ్యతిరేక పోరాటాలకు వేదికగా హైదరాబాద్ ఉండటంతో వాటి ప్రభావం ఉస్మానియా యూనివర్సిటీపై పడింది.

ఈ క్రమంలోనే రామాచారి నాయకత్వంలో 1952 ఆగష్టు చివరివారంలో 'హైదరాబాద్ హిత రక్షణ సమితి' ఏర్పడింది. ఆ ఉద్యమకాలంలో వెలమ, రెడ్డి, వైశ్య వసతిగృహాలూ అస్తిత్వంలోకి వచ్చాయి. అందులో ఉండే విద్యార్థులు ఈ ఉద్యమంలోకి కలిసి వచ్చి ముల్కీ నిబంధనలను అమలు చేస్తూ ఉద్యోగాల కల్పన చేయాలని డిమాండ్ చేశారు. ఈ ఉద్యమానికి హైదరాబాద్, సికింద్రాబాద్ జంటనగరాలు కేంద్రంగా ఉన్నాయి. నాన్ ముల్కీ ఉద్యమం ఉధృతంగా, పెద్ద సంఖ్యలో కొనసాగుతున్నప్పుడు విద్యార్థులు ర్యాలీలు, పికెటింగులు, ధర్నాలు చేశారు. దాంతో ప్రభుత్వం ఈ ఉద్యమాన్ని అణచివేయడానికి నిర్బంధాన్ని, పోలీసులను ప్రయోగించింది. బీదర్, ఔరంగాబాద్, ఖమ్మం, వరంగల్, కరీంనగర్, నల్గొండతో పాటు ఇతర జిల్లాల్లో కొందరు విద్యార్థులు ప్రాణాలు కోల్పోయారు. మరికొందరు గాయపడ్డారు. హైదరాబాద్ నగరంలోని సిటి కాలేజ్ విద్యార్థులు ర్యాలీ తీస్తున్నప్పుడు పోలీసులు ఎటువంటి హెచ్చరికలు లేకుండా కాల్పులు జరిపితే ఇద్దరు విద్యార్థులు

---

5. శోభా గాంధీ – ప్రత్యేక తెలంగాణ ఉద్యమ చరిత్ర (హైదరాబాద్, గాంధీ పబ్లికేషన్స్, 2002), 14

చనిపోయారు. ఆ విద్యార్థి ప్రదర్శనలో భాగమైన విద్యార్థి కేశవరావు జాదవ్ నేటికీ తెలంగాణ ఉద్యమంలో కొనసాగుతూ ఉన్నాడు (కేశవరావు జాదవ్ గారు ఈమధ్యనే మరణించాడు). "ఆ సంఘటన తర్వాత వందలాది మంది విద్యార్థులు అదుపు తప్పారు. పత్తర్ ఘట్టి పోలీసు స్టేషన్‌ను తగలబెట్టారు. ఇంకో ఘటనలో ముఖ్యమంత్రి బూర్గుల రామకృష్ణారావు కారును తగలబెట్టారు."[6]

"ఈ ఉద్యమంలో పద్దెనిమిది మంది చనిపోయారు. వందలాది మంది గాయపడ్డారు. వారం రోజుల పాటు జంట నగరాలలో విద్యాసంస్థలకు సెలవు ప్రకటించింది ప్రభుత్వం. వివిధ సంఘాలకు చెందిన జర్నలిస్టులను, విద్యార్థులను, యువతను దాదాపు 350 మంది వరకు అరెస్ట్ చేసింది."[7]

చివరకు పింగళి జగన్మోహన్ రెడ్డి నేతృత్వంలో, నలుగురు మంత్రులు సభ్యులుగా ప్రభుత్వం ఒక విచారణ కమిటీని ఏర్పాటు చేసింది. **(జరిగిన హింస గురించా? నాన్ ముల్కి సమస్య పరిష్కారం గురించా?)**

మర్రి చెన్నారెడ్డి, ఆయన బాబాయి వెంకట్ రెడ్డితో పాటూ పెద్ద సంఖ్యలో అన్ని వర్గాల ప్రజల భాగస్వామ్యం ఉన్న ఈ ఉద్యమానికి విద్యార్థులు చోదకశక్తిగా ఉన్నారు. "ఇడ్లీ సాంబార్ గో బ్యాక్", "ఆంధ్రా గో బ్యాక్", "గోంగూర పచ్చడి గో బ్యాక్", "నాన్ ముల్కీ గో బ్యాక్" అనేవి ఈ ఉద్యమంలో ప్రాచుర్యం పొందిన నినాదాలు. ఇది హైదరాబాద్ అస్తిత్వాన్ని కాపాడుకునేందుకు చేసిన తొలిప్రయత్నం. ఈ ఉద్యమమే ప్రత్యేక తెలంగాణ ఉద్యమానికి పునాది.

స్వాతంత్ర్య ఉద్యమం - విద్యార్థులు

"ఉస్మానియా యూనివర్సిటీకి విద్యార్థుల ఉద్యమం కొత్తో, వింతో కాదు. స్వాతంత్ర్య పూర్వపు రోజుల్లో వందేమాతర ఉద్యమం (1938) యూనివర్సిటీ ప్రాంగణంలో ప్రతిధ్వనించింది. నిజానికి 1960లో తెలంగాణా ఉద్యమం విద్యార్థులు మొదలుపెట్టారు. ఆ తర్వాత కాంగ్రెస్‌లో ఉన్న అసంతృప్తి నేతలు అందులో చేరి తమ సంకుచిత రాజకీయ ప్రయోజనల కోసం దాన్ని హైజాక్ చేశారు. ఉస్మానియా యూనివర్సిటీ విద్యార్థులు కేవలం తెలంగాణ ఉద్యమంలోనే కాదు దానికి ముందు

---

6. శోభా గాంధీ - ప్రత్యేక తెలంగాణ ఉద్యమ చరిత్ర (హైదరాబాద్, గాంధీ పబ్లికేషన్స్, 2002), 15

7. శోభా గాంధీ - ప్రత్యేక తెలంగాణ ఉద్యమ చరిత్ర (హైదరాబాద్, గాంధీ పబ్లికేషన్స్, 2002), 20

వచ్చిన అనేక రాజకీయ ఉద్యమాల్లో పాల్గొన్నారు. ఈ దశలో వచ్చిన నక్సల్బరీ ఉద్యమం యూనివర్సిటీ విద్యార్థులపైన గొప్ప ప్రభావం వేసింది. నక్సలైట్ రాజకీయాల అనుకూల విద్యార్థి సంఘాలు 1960 నుండి 1980ల దాక యూనివర్సిటీ రాజకీయాలపై ఆధిపత్యాన్ని చెలాయించాయి. విప్లవోద్యమాలు బలహీనమయ్యాక ABVP యూనివర్సిటీలో బలపడింది. ఆసక్తికరంగా రిజర్వేషన్ వ్యతిరేక-అనుకూల ఆందోళనకు యూనివర్సిటీ వేదిక అయింది. ఈ విధంగా యూనివర్సిటీ ప్రాంగణం ఎప్పుడూ రాజకీయాల్లో క్రియాశీలకంగా ఉన్నది. అనేక సామాజిక, రాజకీయ ఉద్యమాలకు విద్యార్థులు ప్రతిస్పందిస్తూ వస్తున్న చరిత్ర యూనివర్సిటీకి ఉన్నది. ఉస్మానియా యూనివర్సిటీ రాష్ట్ర రాజధానిలో ఉండటం, అధికార పీఠానికి దగ్గరగా ఉండటంలో విద్యార్థుల క్రియాశీలత మీడియా, సమాజ దృష్టిని ఆకర్షించింది. విద్యార్థి సంఘాల ఎన్నికలు లేకపోవడం, విద్యార్థులు కెరీర్ పై దృష్టి పెట్టడంతో నిర్మాణాత్మకమైన విద్యార్థి ఉద్యమం బలహీనపడింది. ఆర్థిక మాంద్యం ఉద్యోగాల కల్పనపై ప్రభావం చూపడం, ప్రభుత్వ ఉద్యోగాల క్షీణత విద్యార్థులకు మెరుగైన అవకాశాలు లేకుండా చేసింది. ఉపాధి కల్పించలేని ఉన్నత విద్యారంగం వలన కేవలం ఉస్మానియా యూనివర్సిటీలోనే గాక మొత్తం విద్యార్థి సమూహాన్నీ నిరాశ కమ్మేసింది. తెలంగాణ ఉద్యమపు రాజకీయ పిలుపు విద్యార్థులను ఆకర్షించింది. అది వారికి కొత్త తోవలా కనిపించింది."

రాచరిక రాజ్యాల పట్ల ఇండియన్ నేషనల్ కాంగ్రెస్ అవలంభించిన విధానాల వలన స్వాతంత్ర్య ఉద్యమం హైదరాబాద్ లో ఇబ్బందులను ఎదుర్కొన్నది. దానివలన ఖాదీ, వందేమాతరం, క్విట్ ఇండియా లాంటి ఉద్యమాలు ఉస్మానియా యూనివర్సిటీలో మినహా మిగతా రాజ్యంలో పెద్దగా ప్రాచుర్యంలోకి రాలేదు. అయితే ఉస్మానియాలో జరిగిన జాతీయవాద ఉద్యమాలు జూనియర్ కాలేజి, హై స్కూల్ విద్యార్థులకూ స్ఫూర్తినిచ్చాయి. ఈ ఉద్యమంలో పాల్గొన్నవారు అయితే అరెస్ట్ అయ్యారు. లేదా విద్యాసంస్థల నుండి బహిష్కృతులయ్యారు. అట్లా బహిష్కరింపబడిన విద్యార్థులు నాగపూర్, పూణే నగరాలకు చదువులకై వలసపోయారు. అట్లా అక్కడికి పోయి చదువుకున్న వారిలో రావి నారాయణ రెడ్డి, దేవులపల్లి వెంకటేశ్వర్ రావు, జి.ఎస్. మెల్కోటే, పి.వి.నరసింహారావు ధర్మబిక్షం మొదలైన తదితరులు ఉన్నారు. జాతీయోద్యమ నాయకులని దగ్గరి నుండి చూసిన ఇక్కడి విద్యార్థులకు ఆ నాయకత్వం పట్ల భ్రమలు తొలిగిపోవడంతో తిరిగి వచ్చాక మిగతా బ్రిటిష్ ఇండియా ప్రాంతాలల్లో జరుగుతున్న ఉద్యమానికి సమాంతరంగా ఇక్కడా ఉద్యమాలు చేశారు.

ఇదే నేపథ్యంలో ఆంధ్రమహాసభ లాంటి అనేక సంఘాలు ఇక్కడ పురుడుపోసుకున్నాయి. 1923లో ఏర్పడిన ఆంధ్రమహాసభ మాతృభాషలో విద్యా బోధన చేయాలనీ, తెలుగు గ్రంథాలయాలను ఏర్పాటు చేయాలనీ,ప్రజాస్వామ్య ప్రభుత్వం ఏర్పడాలనీ, వ్యవసాయ సంస్కరణలు జరగాలని డిమాండ్ చేసింది. జిల్లాలకు విస్తరించిన ఆంధ్ర మహాసభ వెట్టిచాకిరీ, తప్పనిసరి లెవీ వసూలు చేస్తూ పీడిత ప్రజలను దోచుకుంటున్న భూస్వాములు, జాగీర్దార్లు, దేశముఖ్ లకు వ్యతిరేకంగా ప్రచారం చేసింది. ఇదే పరిస్థితుల్లో ఆంధ్ర మహాసభ చాలా విషయాలపై తీర్మాణాలు చేసింది.

1. విద్యావ్యవస్థను సమూలంగా పునర్ మూల్యాంకనం చేయాలి. విద్యా సంస్థలను గుర్తించాలి. (గుర్తించడం అంటే?)

2. తప్పనిసరి ప్రాథమిక విద్యను అమలుచేయాలి.

3. మాతృభాష తెలుగే బోధనా మాధ్యమంగా ఉండాలి.

4. జాగిర్లపై ప్రజలకున్న న్యాయమైన హక్కులను కాపాడాలి.

5. బాల్య వివాహాలను ప్రోత్సహించకూడదు.

6. స్థానిక స్వయం పరిపాలన విధానాన్ని మొదలుపెట్టాలి.

7. అంటరానితనాన్ని నిర్మూలించాలి. అంటరాని వారికి సమాజంలో భాగస్వామ్యం కల్పించాలి.

తరువాత భారత కమ్యునిస్టు పార్టీ నాయకత్వంలో ఆంధ్ర మహాసభ సాయుధ పోరాటాన్ని ముందుండి నడిపించింది.

"అనిల్ రెడ్డి, సూర్యాపేట రామారెడ్డి, చంద్రారెడ్డి, వెంకట్ రెడ్డి, సీతారారావు, పసునూరు వెంకట్ రెడ్డి, నారాయణ రెడ్డు, శేషగిరి రావు, మాధవ రెడ్డి లాంటి వారు నిజాం భోస్వామ్య పాలనకు వ్యతిరేకంగా వీరోచితంగా పోరాడుతూ తమ ప్రాణాలను కోల్పోయారు."8

---

6. పుచ్చలపల్లి సుందరయ్య, తెలంగాణ రైతాంగ సాయుధ పోరాటం – గుణపాఠం (న్యూ ఢిల్లీ, ఫౌండేషన్ బుక్స్ ప్రైవేట్ లిమిటెడ్, 1972), 60

అనభేరి ప్రభాకరరావు, పుచ్చలపల్లి సుందరయ్య, చంద్ర రాజేశ్వరరావు, రావి నారాయణరెడ్డి, ఉర్దూ కవి మఖ్దూం మొహియుద్దీన్, హసన్ నాసిర్, భీమిరెడ్డి నరసింహారెడ్డి, మల్లు వెంకట నరసింహా రెడ్డు, మల్లు స్వరాజ్యం, ఆరుట్ల రామచంద్ర రెడ్డి, అతడి సహచరి ఆరుట్ల కమలా దేవి లాంటి గొప్ప నాయకులు ఆ ఉద్యమంలో ముందుభాగాన నడిచారు. తెలంగాణేతరులు కూడా కొంతమంది ఈ ఉద్యమంలో భాగమయ్యారు. ఈ తిరుగుబాటు చారిత్రికంగా తెలంగాణ సాయుధ పోరాటంగా ప్రాచుర్యం పొందింది. 1951 అక్టోబర్ లో నాటి భారత కమ్యూనిస్ట్ పార్టీ సాయధ పోరాటాన్ని విరమిస్తున్నట్లు ప్రకటించింది.

'జాతీయ ఉద్యమం కన్నా, తెలంగాణ ప్రజా సాయుధ పోరాటం ఉస్మానియా యూనివర్సిటీ విద్యార్థుల విప్లవ శక్తిని గుర్తించింది. వారికి రాజకీయ పునాదిని అందించింది. ఆ విప్లవోద్యమ సాంప్రదాయం నేటికీ కొనసాగుతున్నది.[9]

నిజాంకి రాజ ప్రముఖ్ హోదాని నెహ్రూ కట్టబెట్టడాన్ని నిరసిస్తూ కరీంనగర్, వరంగల్ ఇతర ప్రాంతాల్లో విద్యార్థులు నిరసన ప్రదర్శనలు చేశారు. 1949లో అదుపులు, అరెస్టుల వ్యవస్థకు వ్యతిరేకంగా అన్ని వర్గాల ప్రజల నుండి పెద్దసంఖ్యలో హైదరాబాద్ లో నిరసనలు జరిగాయి. జరుగుతున్న నిరసనలకు హైదరాబాద్ రాష్ట్రంలోని విద్యార్థులు కరపత్రాలు, గోడపత్రికలు, స్టికర్ల ద్వారా మద్దతు తెలియజేశారు. అదుపులోకి తీసుకున్న కొమురయ్య అనే విద్యార్థిని కాల్చి చంపారు. ఈ ఘటన విద్యార్థులలో, సమాజంలోని అనేక సెక్షన్ల ప్రజలలో, ప్రగతిశీల వ్యక్తుల్లో ఆగ్రహజ్వాలలు రేపింది. వారంతా ఈ ఘటనను ఖండిచారు. ఐదు వందల మంది విద్యార్థినులు ఆల్ హైదరాబాద్ స్టూడెంట్స్ యూనియన్ నాయకత్వంలో డిటెన్షన్ విధానానికి వ్యతిరేకంగా మూడు రోజులు, నిరాహారదీక్ష చేశారు.

"విఠల్ కులకర్ణి, ఉస్మానియా యూనివర్సిటీకి చెందిన గజేందర్, సిటీ కాలేజ్‌కి చెందిన సీ. హెచ్. హనుమంత రావు, ఇక్బాల్ అహ్మద్, ఇతరులు, నిజాం కాలేజ్‌కి చెందిన బి. నరసింగరావు లాంటి పేరొందిన నాయకులు అరెస్ట్ అయ్యారు."[10]

---

9. ప్రకాశ్‌రావు ఇ.వి. – స్టూడెంట్ పాలిటిక్స్ అండ్ ఓటింగ్ బిహేవియర్ ఇన్ ఉస్మానియా యూనివర్సిటీ, – పరిశోధనా గ్రంథం (ఉస్మానియా యూనివర్సిటీ, 1995), 79

10. ప్రకాశ్‌రావు ఇ.వి. – స్టూడెంట్ పాలిటిక్స్ అండ్ ఓటింగ్ బిహేవియర్ ఇన్ ఉస్మానియా యూనివర్సిటీ, – పరిశోధనా గ్రంథం (ఉస్మానియా యూనివర్సిటీ, 1995), 79

అదే సమయంలో దేశవ్యాప్త సమ్మెను ప్రకటించారు. "హైదరాబాద్ సిటీ స్టూడెంట్స్ యూనియన్ మొత్తం కార్యనిర్వాహక కమిటి, ఆల్ హైదరాబాద్ స్టూడెంట్స్ యూనియన్ నాయకులందరూ అయితే అజ్ఞాతానికి వెళ్ళిపోయారు. లేదా జైల్లోకి నెట్టబడ్డారు."[11] ఇంత నిర్భంద పరిస్థితుల్లోనూ ఉస్మానియా యూనివర్సిటీ విద్యార్థులు వివిధ ఉద్యమాల్లో ముఖ్య పాత్రను పోషించారు.

1969 ప్రత్యేక తెలంగాణ విద్యార్థి ఉద్యమం

హైదరాబాద్ (తెలంగాణ) రాష్ట్రాన్ని అంధ్ర రాష్ట్రంతో కలిపి ఆంధ్రప్రదేశ్ ఏర్పడిన తర్వాత తెలంగాణ ప్రజల్లో అసహనం మొదలైంది. ఆచరణలో విశాలాంధ్ర భావన పూర్తిగా విఫలమైంది.ఆంధ్రప్రదేశ్ ఏర్పాటు అనేది అగ్రవర్ణ భూస్వాముల పన్నాగం మాత్రమే. కొత్త రాష్ట్ర ఏర్పాటుతో తమ పరిస్థితి మరింత దుర్భరంగా మారిందని ప్రజలు ఆవేదన వ్యక్తం చేశారు. ఆంధ్రా భూస్వాములు తెలంగాణలో భూములను ఆక్రమించారుబీ వారు వాణిజ్యం, రవాణా, సంపదను కలిగి ఉన్నారు. అప్పటికే బ్రిటిష్ ఏలుబడిలో ఉన్నవారు కాన్వెంట్ విద్యవలన ఉపాధి అవకాశాలను పొందారు. నిజాం కాలంలో దుబాసిలుగా వచ్చిన వారు ఇక్కడే పాతుకుపోయారు. వారితో పాటు తం బంధువులను, స్నేహితులను తీసుకుని వచ్చి పైరవీల ద్వారా ఉద్యోగాలు పొందారు. దాంతో ఇక్కడి స్థానికులకు ఉద్యోగావకాశలు లభించలేదు. దానికి తోడు నదీ జలాల్లో తెలంగాణకు న్యాయమైన వాటా దక్కలేదు. కోస్తాంధ్రలో ఏడాదికి రెండుసార్లు పంటలు పండుతుండగా, తెలంగాణలో కరువు విలయతాండవం చేస్తోంది. సినిమా, సాహిత్యం ద్వారా తెలంగాణపై సాంస్కృతిక దాడులు, ఆధిపత్యం చెలరేగింది. ఆంధ్రప్రదేశ్ ఏర్పడిన మరుసటి రోజు నుంచే రాజకీయ రంగంలో ఉల్లంఘనలు మొదలయ్యాయి.

పెద్దమనుషుల ఒప్పందం ద్వారా పొందిన అన్ని రకాల సౌకర్యాలు, రక్షణలు, హామీలు పూర్తిగా తిరస్కరించబడ్డాయిబీ అంతిమంగా సమీకృత ఆంధ్రలో తెలంగాణ ప్రజలు ద్వితీయ శ్రేణి పౌరులుగా పరిగణించబడ్డారు. ఈ పరిస్థితులు ప్రత్యేక తెలంగాణ ఉద్యమానికి పునాది వేశాయి.

"ప్రత్యేక తెలంగాణ రాష్ట్ర డిమాండ్‌ను మినహాయించి, సమాజంలోని ప్రతి

11. ప్రకాశ్‌రావు ఇ.వి. - స్టూడెంట్ పాలిటిక్స్ అండ్ ఓటింగ్ బిహేవియర్ ఇన్ ఉస్మానియా యూనివర్సిటీ, - పరిశోధనా గ్రంథం (ఉస్మానియా యూనివర్సిటీ, 1995), 79

వర్గాల నుండి తెలంగాణకు అన్ని రంగాలలో అన్యాయాలు ఎలా జరుగుతున్నాయో చూపించడానికి గత అధ్యాయాలలో తగినంత భౌతిక వాస్తవాలు ఇవ్వబడ్డాయి."[12]

"ఈ ఆర్థిక, రాజకీయ, సామాజిక పరిస్థితులలో విద్యార్థులు సమైఖ్య రాష్ట్రంలో తమకు జరుగుతున్నా అన్యాయానికి వ్యతిరేకంగా స్వరం వినిపించారు. విద్య, ఉపాధి వంటి విద్యార్థుల సమస్యల గురించి మాత్రమే గాక రాజకీయపరమైన ప్రశ్నలనూ సంధించారు. ప్రత్యేక తెలంగాణ కోసం ఉద్యమించారు. ఇక్కడ ఆసక్తికరమైన విషయం ఏమిటంటే, ఆంధ్రప్రదేశ్ రాజకీయాల్లో ఒక విధానాన్ని రూపొందించడానికి స్థానికత బలమైన అంశం. ఏ కాలంలోనైనా ఇది పేలడానికి సిద్ధంగా ఉంటుంది. అది ఎప్పుడు పేలినా విద్యార్థులతోనే ఉన్నది తప్పా రాజకీయ నాయకులతో కాదు."[13]

కాంట్రాక్టు కార్మికుల నాయకుడు కృష్ణ తెలంగాణ ఉద్యోగులకు జరుగుతున్నా అన్యాయానికి నిరసనగా 5 జనవరి 1969న ఖమ్మం జిల్లాలోని పాల్వంచలో ఆమరణ నిరాహారదీక్షకు దిగాడు. జనవరి 8న బీఏ విద్యార్థి రవీంద్రనాథ్, ఇంకో విద్యార్థి ఖమ్మంలో నిరాహారదీక్షకు కూర్చున్నారు. వేలాదిమంది విద్యార్థులు ఈ దీక్షలకు మద్దతుగా అనేక చోట్ల ప్రదర్శనలు నిర్వహించారు.

అదే సమయంలో మరో అంతర్గత అంశం కూడా ఉద్యమాన్ని ఉధృతం చేసింది. ఉస్మానియా యూనివర్సిటీ వైస్ ఛాన్సలర్ డాక్టర్ డి.ఎస్.రెడ్డిని రాష్ట్ర ప్రభుత్వం తొలగించింది. ఉస్మానియా యూనివర్సిటీలో ఈ చర్యకు దిగడం ద్వారా అకాడమిక్ సమూహానికి ప్రభుత్వానికి మధ్యనున్న సంబంధాలు తీవ్రమైన విషయంగా మారాయనే సూచన పంపింది. రాజ్యాంగంలో ప్రభుత్వానికి వ్యతిరేకంగా యూనివర్సిటీకి స్వయంప్రతిపత్తిని కలిగించే అంశం ఏదీ లేదని రాబర్ట్ షా నివేదిక చెప్పింది. 1965లో యూనివర్సిటీకి సంబంధంలేని ముగ్గురు ప్రముఖ వ్యక్తులు నామినేట్ చేసే పాత నియామక విధానాన్ని కాదని నేరుగా చాన్సలరే వీసిని నియమించే విధానాన్ని ప్రభుత్వం తీసుకున్నది. ఈ చర్య స్వయం ప్రతిపత్తి కలిగిన యూనివర్సిటీపై ప్రభుత్వ జోక్యం ఆధిపత్యమేనని విద్యార్థులు, ఉపాధ్యాయులు మండిపడ్డారు. ఈ సవరణ వ్యక్తిగత శత్రుత్వంతో ప్రేరేపించబడిందనే కారణంతో

---

12. ప్రకాశ్‌రావు ఇ.వి. - స్టూడెంట్ పాలిటిక్స్ అండ్ ఓటింగ్ బిహేవియర్ ఇన్ ఉస్మానియా యూనివర్సిటీ, - పరిశోధనా గ్రంథం (ఉస్మానియా యూనివర్సిటీ, 1995), 79

13. డాగ్మర్ బర్మ్‌స్టార్ఫ్, హ్యూజ్, ది కింగ్ మేకర్స్ అండ్ పాలిటిక్స్ ఇన్ ఆంధ్రప్రదేశ్ (న్యూ ఢిల్లీ, హర్ ఆనంద్, 2005), 107

సుప్రీంకోర్టు ఈ సవరణ చెల్లదని తీర్పునిచ్చినప్పటికీ, ప్రభుత్వం తాను ఎంచుకునే ఏదైనా చట్టాన్ని ఆమోదించడం ద్వారా విశ్వవిద్యాలయ విధానాలను నిర్ణయించే అధికారాన్ని కలిగి ఉంటుందనే వాస్తవం. ఇదే అంశంపై 1966లో విద్యార్థులు సమ్మెకు పిలుపునిచ్చారు. తాము ఎన్నుకునే మనిషిని కాకుండా ఇంకెవరి కోసమో వైస్ చాన్స్‌లర్‌ని తొలగించడంపై అధ్యాపకులు తమ కోపాన్ని వెళ్లగక్కే పరిస్థితి వలన విద్యార్థులు సమ్మెకు ప్రోత్సాహం దొరికింది. ఆ తరువాత స్వయం ప్రతిపత్తి కలిగిన యూనివర్సిటీపై ముఖ్యమంత్రి అనధికార జోక్యాన్ని నిరసిస్తో విద్యార్థులతో కలిసి, అధ్యాపకులూ తమ గళం విప్పారు. యాభై తొమ్మిది వేల మంది విద్యార్థులు హైదరాబాద్, సికింద్రాబాద్ వ్యాపర కేంద్రాలను మూడురోజుల పాటు స్తంభిపజేశారు. దాంతో విద్యార్థులపై లాఠీచార్జీ, టియర్ గ్యాస్ ప్రయోగించి వారిని చెల్లా చెదురు చేశారు. ఇదే ఉద్యమంలో తమ యూనివర్సిటీ స్వయం ప్రతిపత్తితో సంబంధం లేని సామాన్య జనాల డిమాండులైన రేషన్ కార్డులు, బస్ చార్జీల తగ్గింపును తమ డిమాండ్లతో పాటు చేర్చుకున్నారు. ఉస్మానియా తో సహా మిగతా కాలేజీలూ బంద్ అయ్యేసరికీ ముఖ్యమంత్రి దిగివచ్చి విద్యార్థుల డిమాండ్లు అంగీకరించాడు.

విద్యార్థుల పోరాటం విజయం సాధించేసరికి మిగాతా విద్యార్థులకు ఇది స్ఫూర్తినిచ్చింది. పాలకుల వివక్ష, విద్యార్థుల పోరాటాలు ప్రత్యేక తెలంగాణ ఉద్యమానికి దారిచూపాయి.

1969 జనవరి 13న తెలంగాణ విద్యార్థి ఐక్య కార్యాచరణ కమిటి ఏర్పడింది. దానికి ప్రధాన కార్యదర్శిగా ఉస్మానియా మెడికల్ కాలేజ్ విద్యార్థి మల్లికార్జున్‌ని ఎన్నుకున్నారు. హైదరాబాద్ లో వివిధ వర్గాల్లో ఉన్న తెలంగాణవాదులు కలిసి 'తెలంగాణ ప్రజా సమితి'ని ఏర్పరిచారు. దానికి విద్యార్థులు తమ మద్దతును తెలియజేశారు. ఓయూలో ఓ మీటింగ్ కోసం గవర్నర్ వచ్చినప్పుడు ఘెరావ్ చేసి 'జై తెలంగాణ' నినాదాలు చేశారు. జంట నగరాల్లో మంత్రులకూ ఇదే ఎదురైంది. వారు ఎక్కడికి పోయినా వారిపై టమాటాలు, చెప్పులు, రాళ్ళను విసిరి తమ నిరసనను తెలియజేశారు. మార్చ్ 29న ముల్కీ నిబంధనలు రాజ్యాంగం ప్రకారం చెల్లవని సుప్రీం కోర్టు తీర్పిచ్చింది. దాంతో ఆగ్రహించిన విద్యార్థులు యూనివర్సిటీ వెనకాల ఉన్న జామై ఉస్మానియా రైల్వే స్టేషన్‌ను తగలబెట్టారు. చిరుద్యోగులు, అధ్యాపకులు విద్యార్థుల పోరాటానికి మద్దతు తెలుపుతూ ఉద్యమంలో భాగమయ్యారు. మే 1న జరిగిన పోలిసుల దాడిలో 20మంది విద్యార్థులు

చనిపోయారు. అనేకమంది గాయపడ్డారని అధికారిక లెక్కలు చెబుతున్నాయి. తెలంగాణ చరిత్రలో మే1 ఒక చీకటి రోజు.

విద్యార్థి ఉద్యమంలో రెండు పాయలున్నాయి. ఒకటి విభజనవాదులు, రెండు రక్షణవాదులు. విభజనవాదులు ప్రత్యేక తెలంగాణ రాష్ట్రం కావాలి అని అంటే, రక్షణవాదులు తెలంగాణకు హామీపడిన రక్షణలను అమలు చేస్తే సరిపోతుంది అనేవారు. ఈ రక్షణవాదుల్లో సీపీఐకి చెందినా ఏఐఎస్ఎఫ్, సీపీఐ(ఎం)కి చెందిన ఎస్ఎఫ్ఐ క్రియాశీలకంగా ఉండేవి. అయితే, విద్యార్థుల మధ్య ఏర్పడిన ఈ ఘర్షణ వాతావరణంలో విభజనవాదులకు బలమైన పునాది లభించింది. మర్రి చెన్నారెడ్డి చేరికతో తెలంగాణ ప్రజా సమితి నిట్టనిలువుగా చీలిపోయింది. చెన్నారెడ్డి టీపీఎస్‌కి అధ్యక్షుడయ్యాడు. నిజానికి, 1968లో చెన్నారెడ్డి ఎన్నిక చెల్లదని హైకోర్టు తీర్పునిచ్చింది. 'ఎన్నికల ప్రచారంలో మతాన్ని వాడుకున్నాడు' అని నిర్ధారిస్తూ అదే తీర్పును సుప్రీం కోర్టు ఎత్తిపట్టింది. దాని ఫలితంగా, చెన్నారెడ్డి అధికారానికి దూరమయ్యాడు. ఆరేళ్ళ వరకు ఎన్నికల్లో పోటీ చేయరాదు గనుక తెలంగాణ ఉద్యమాన్ని పూర్తిస్థాయి పనిగా మొదలుపెట్టాడు. విడిపోయిన ఇంకో ప్రజా సమితికి శ్రీధర్ రెడ్డి అధ్యక్షుడుగా ఎన్నికయ్యాడు. విద్యార్థి ఉద్యమంలో అనతికాలంలోనే రాజకీయ రూపం తీసుకుంది. ఉద్యమం రాజకీయ రూపం తీసుకున్నాక అందులో పాల్గొనే వారిపై నిర్బంధం, హింస పెరిగిపోయింది. సమ్మెలు, ధర్నాల్లో పాల్గొనేవారిని అణచివేశారు. దారుణమైన నిర్బంధం అమలైంది. దీనికి ఎక్కువగా ప్రభావితమైన వారు చిరుద్యోగులు, అధ్యాపకులు ముఖ్యంగా విద్యార్థులు.

విద్యార్థి ఉద్యమాన్ని అణచేందుకు ముఖ్యమంత్రి కాసు బ్రహ్మానందా రెడ్డి విభజించు - పాలించు అనే పాత నీతిని ఉపయోగించాడు. ఎంతకీ ఉద్యమం తగ్గకపోయేసరికి బ్రహ్మానంద రెడ్డి ఆర్మీని పిలిపించాడు. ఉద్యమాన్ని అణచేయడం ఆర్మీ వలన కాకపోయేసరికి సీఆర్పీఎఫ్, మైసూరు (కర్నాటక) నుండి బలగాలను రప్పించాడు.

"నక్సలైట్ ఉద్యమాన్ని అణచేందుకు తెలంగాణ పోలీసులను ఆంధ్రా ప్రాంతానికి పంపి, మలబార్ స్పెషల్ పోలీసులను తెలంగాణలోకి తేవడం ద్వారా సమర్ధవంతగా విద్యార్థి ఉద్యమాన్ని అణచేందుకు భాష అర్థం కాని రెండు బలగాలను ఇలా వాడుకున్నారు." [14]

---

14. శోభా గాంధీ - ప్రత్యేక తెలంగాణ ఉద్యమ చరిత్ర (హైదరాబాద్, గాంధీ పబ్లికేషన్స్, 2002), 85

లక్షలాది మంది ప్రజలను అదుపులోకి తీసుకున్నారు. జైళ్ళన్ని నిండిపోవడంతో కాకతీయ మెడికల్ కాలేజ్ కూడా జైలుగా మారిపోయింది. అంతేగాక వందలాది పాఠశాలలుకూడా జైళ్ళుగా మారిపోయాయి. ఉదాహరణకు మహబూబ్ నగర్ జిల్లాలో జరిగిన సత్యాగ్రహంలో లక్షమంది పాల్గొనగా అందులో యాభై వేలమందిని అరెస్ట్ చేసారు. అక్టోబర్ 29న మల్లిఖార్జున్ విద్యార్థులు తరగతులకు, పరీక్షలకు హాజరుకావద్దని విజ్ఞప్తి చేసినా విద్యార్థులు ఆయన విజ్ఞప్తిని పట్టించుకోలేదు. నవంబర్ 26న డా. చెన్నారెడ్డి అనేక కారణాల వల్ల ఉద్యమాన్ని వాయిదా వేయవలసి వచ్చిందని ప్రకటించి, చివరికి అది నెమ్మదించి, 1969లో ముగిసిపోయింది. ఈ సమావేశాల్లో ఏ పథకం రచించారో తెలియదు కానీ, అప్పటి నుంచి తెలంగాణ ఉద్యమం రంగు మారిపోయింది. సమైక్య రాగం పాడే రాజకీయ నాయకులు వేర్పాటువాదులుగా మారేందుకు రాత్రికి రాత్రే తమ స్థానాలను మార్చుకున్నారు. అంతే కాదు, ఈ ప్రాంతం అంతటా హింస చెడ్డది అయితే అది మరింత ఘోరంగా మారింది. తెరవెనుక పనిచేస్తున్న నాయకులు బహిరంగంగానే బహిరంగ వేదికపైకి వచ్చారు. ఈ నాయకులు సిగ్గు లేకుండా చిన్న పిల్లలతో సహా విద్యార్థులను తమ స్వార్థ లక్ష్యాలను సాధించడానికి ఉపయోగించుకున్నారు. ఈరోజు రాష్ట్ర అసెంబ్లీ భవనం ఎదురుగా ఉన్న గన్ పార్క్ వద్ద తెలంగాణ అమరవీరుల స్మారక స్థూపం నిలబడి ఉంది. ప్రత్యేక రాష్ట్ర ఉద్యమంలో మరణించిన వారి కోసం అంకితం చేసిన వెబ్‌సైట్ ఈ క్రింది విధంగా పేర్కొంది: “జలియన్‌వాలాబాగ్ మారణకాండ తర్వాత 1969 తెలంగాణ ఉద్యమం 370 మందికి పైగా ధైర్యవంతులైన భారతదేశ బిడ్డలను బలి తీసుకుంది. ఇది ఇటీవలి భారతదేశ చరిత్రలో అసామాన్యమైనది. అసలు దోషి తెలంగాణ పాలిట జనరల్ డయ్యర్‌గా పేరుగాంచిన కాసు బ్రహ్మానంద రెడ్డి.” [15] ఒక్కసారి వెనక్కి తిరిగి చూస్తే అధికారంగా 370 మంది ప్రాణాలు పోవడమే గాక వేలాది మంది గాయాలపాలయ్యారు. లక్షలాది మంది జైలుపాలయ్యారు. దాదాపు పదకొండు నెలలు పోలీసులు మినహా ఇంకే ప్రభుత్వ ఆఫీసు పనిచేయలేదు.

1. ఉద్యమం మిలిటెంట్‌గా ప్రారంభమైనా రాజకీయ నాయకులు తమ స్వలాభం కోసం వాడుకున్నారు.

2. నాయకత్వం కొన్ని సంఘటనలు మినహా గాంధేయ మార్గం తీసుకోగా

15. రాడికల్ స్టూడెంట్స్ యూనియన్ మేనిఫెస్టో (క్రాంతి ప్రచురణలు, 1980)

విద్యార్థులు మిలేతెంట్ ఎత్తుగడలు వేశారు.

3. విద్యార్థుల్లో నాయకత్వం బలంగా లేదు. చెన్నారెడ్డికి తన రాజకీయ ప్రయోజనాలు ఉన్నాయి. తద్వారా చెన్నారెడ్డి ఉద్యమాన్ని వాయిదా వేయడం ద్వారా విజయవంతంగా నీరుగార్చాడు.

తెలంగాణ ఓట్లను రాబట్టే సాధనంగా మారింది. 1971లో ఎన్నికలు జరిగినప్పుడు 14 లోక్‌సభ స్థానాలకు గాను 10 స్థానాలను టీపీఎస్ కైవసం చేసుకుంది. టీపీఎస్‌ని కాంగ్రెస్‌లో విలీనం చేయడంతో చెన్నారెడ్డి తమిళనాడు గవర్నర్‌గా ఎన్నికయ్యాడు. తన వ్యక్తిగత రాజకీయ ప్రయోజనాల కోసం మొత్తం ఉద్యమాన్ని అమ్మేశాడు.

దాంతో మెల్లిగా విద్యార్థుల్లో అనాసక్తి, అసంతృప్తి పెరిగింది. ఆ తరువాత సరైనా దారిలో ఉద్యమం నడిచేందుకు కొన్ని ప్రయత్నాలు జరిగినా అవి ఆచరణ రూపం తీసుకోలేదు.

1970ల నుండి వామపక్ష విద్యార్థి ఉద్యమం

1970ల తొలినాళ్ళలో మొదలైన అనేక విప్లవ విద్యార్థి సంఘాల మూలాలు ఉస్మానియా యూనివర్సిటీలోనే ఉన్నాయి. వర్గ దోపిడీ, కుల వివక్షత, భూస్వామ్య పాలన తెలంగాణ సమాజంపై ఆధిపత్యం చేస్తున్న రోజులవి. ఆ పరిస్థితులే ఇక్కడ వర్గపోరాటానికి దారి తీశాయి. తరువాత కాలంలో అదే విప్లవ పోరాటంగా దేశవ్యాప్తంగా విస్తరించింది. 1951లో విరమించిన తెలంగాణ సాయుధ రైతాంగ పోరాటం 1967 నక్సల్బరీ, శ్రీకాకుళ పోరాటాలతో మళ్ళీ మొదలైంది. దీన్నే 'విప్లవాల యుగం' అని అన్నారు. అదే కాలంలో చైనాలో జరుగుతున్న మహత్తర సాంస్కృతిక విప్లవానికి ఆకర్షితులైన ఉస్మానియా విద్యార్థులు ఇక్కడ జరుగుతున్న విప్లవాల బాటలో తాము భాగం అయ్యారు.

ప్రపంచవ్యాప్తంగా మారుతున్న రాజకీయ సమీకరణాలను గమనిస్తున్న విద్యార్థి యువతరం వియత్నాంపై అమెరికా దాడిని వ్యతిరేకించింది. అదే సమయంలో రష్యా సోషల్ సామ్రాజ్యవాద దేశంగా మారిందని గుర్తించింది. 1980ల్లో మొదలైన రెండవ దశ విప్లవ ఉద్యమంలో పాల్గొన్న తెలివైన, చురుకైన విద్యార్థి తరంలో మధ్య, ఎగువ తరగతి వర్గాలకు చెందిన విద్యార్థులు ఉండేవారు. క్రమంగా ఉద్యమం దిగువ మధ్య తరగతి, పేద దళిత ప్రజానీకం దగ్గరికి చేరింది.

విప్లవ సమూహానికీ హిందుత్వ శక్తులకు మధ్య వైరుధ్యం చాలా తీవ్రంగా ఉండేది. ఆ వైరుధ్యం హింసాత్మక ఘటనల వైపు పోయింది. ఏప్రిల్ 14, 1972న జార్జ్ రెడ్డిని ఏబీవీపీకి చెందిన హిందుత్వ మూకలు హత్య చేశారు. ఈ హత్యద్వారా యూనివర్సిటీ ఎన్నికల్లో మెజారిటి పోస్టులను కైవసం చేసుకుని యూనివర్సిటీపై ఆధిపత్యం చెలాయించాలనే కుట్ర ఉన్నది. విద్యార్థి సంఘాల ఎన్నికలు క్యాంపస్ రాజకీయాల్లో ప్రధాన పాత్రను పోషించాయి. తమ సిద్ధాంతాల ఆధారంగా విద్యార్థి సంఘాలు విడిపోయాయి. ఈ సమయంలో క్రియాశీలంగా పనిచేస్తున్న సంఘం ప్రోగ్రెసివ్ డెమోక్రటిక్ స్టూడెంట్స్(PDS). దీని వ్యవస్థాపకులు జార్జ్ రెడ్డి. అయితే ఆయన మరణాంతరం ఆ సంఘ భావాలతో పనిచేసిన వ్యక్తులు 1974లో ప్రోగ్రెసివ్ డెమోక్రటిక్ స్టూడెంట్స్ యూనియన్ (PDSU), రాడికల్ స్టూడెంట్స్ యూనియన్ (RSU)లుగా రెండు సంఘాలను ఏర్పాటు చేసుకున్నారు. వీటికి తోడు తర్వాతి కాలంలో డెమోక్రటిక్ స్టూడెంట్స్ ఆర్గనైజేషన్ (DSO) అనే సంఘం కూడా ఏర్పాటు అయ్యింది. అయితే డెమోక్రటిక్ స్టూడెంట్స్ ఆర్గనైజేషన్, ప్రోగ్రెసివ్ డెమోక్రటిక్ స్టూడెంట్స్ యూనియన్ (PDSU)లు ఒకే భావజాల ఆలోచనను పంచుకునేవి. కానీ రాడికల్ స్టూడెంట్స్ యూనియన్ మాత్రం మావో ఆలోచన విధానాన్ని భిన్నంగా వాఖ్యానించేది. ఈ మూడింటిలో ఆర్ఎస్‌యూ "విద్యార్థి ఉద్యమం విప్లవ లక్ష్యాన్నీ, రాజ్యాధికారాన్ని సాధించేందుకూ దోహదపడాలి." అని తన ప్రణాళికను ప్రకటించింది. మిగతా రెండు విద్యార్థి సంఘాలు "విద్యార్థి సంఘం విప్లవోద్యమానికి సహకారిగా ఉండాలి కాని సంఘానికే విప్లవ లక్ష్యం ఉండకూడదు." అని విశ్వసించాయి. ఈ ఉద్యమానికి విద్యార్థినులను సమీకరించడంలో ప్రోగ్రెసివ్ విమెన్స్ ఆర్గనైజేషన్(POW) నిమగ్నమైంది. AISF, SFI, ABVP, DSO, RSU, PDSUలు అంతర్గతంగా రాజకీయ పార్టీలతో సంబంధాల్లో ఉన్నాయి. నిజానికివి ఏదో ఒక రాజకీయ పార్టీకి అనుబంధంగా ఉన్నాయి.

జూన్ 25 1975న ఇందిరాగాంధీ ప్రభుత్వం ఎమెర్జెన్సీని ప్రకటించింది. ఆ సమయంలో విద్యార్థుల బస్ పాసులు, వసతిగృహాలు, వార్డెన్ల అవినీతి, ఇతర మౌలిక వసతులకై విద్యార్థి సంఘాలు పోరాటం చేస్తున్నారు. ఎమర్జన్సీ ప్రకటనతో వాటికన్నా పెద్దదైన ఎమర్జన్సీ వ్యతిరేక పోరాటంలో చేరారు. అనేకమంది విద్యార్థులు అజ్ఞాతంలోకి వెళ్లిపోయారు, అరెస్ట్ అయ్యారు లేదా చంపబడ్డారు. ఇంజనీరింగ్ విద్యార్థులైన జంపాల చంద్రశేఖర్, సూరపనేని జనార్ధన్, శ్రీపాద శ్రీహరి లాంటి ప్రముఖ విద్యార్థి నాయకులు పోలీసులచే బూటకపు ఎన్కౌంటర్లలో చంపబడ్డారు.

ఇది భారతదేశ చరిత్రలో ఓ చీకటి అధ్యాయం. సామాజిక, రాజకీయ సమస్యలపై పోరాడిన ఈకాలం అంతా ఆర్ఎస్‌యూ చరిత్రలో రికార్డు చేయబడింది.

"పెరిగిన ధరలకూ, బస్ ఫీజులకు, వియత్నాంలో అమెరికా జోక్యానికి వ్యతిరేకంగా, రైల్వే కార్మికుల సమ్మెకు అనుకూలంగా, బూటకపు ఎన్‌కౌంటర్లకు వ్యతిరేకంగా రైతాంగ విప్లవకారులు, నక్సలైట్లు, విద్యార్థులు సమీకరించబడ్డారు."[16]

సామాజిక, ప్రజాస్వామిక, నక్సలైటు ఉద్యమాలలో ముందున్న మెజారిటీ నాయకత్వం ఉస్మానియా యూనివర్సిటీకి చెందిన విద్యార్థులే. విద్యార్థి ఉద్యమాల తీవ్రత శిష్ఠ పాలక వర్గాల పునాదులను కదిలించి గ్రామాల వరకు చేరింది. ఆ విధంగా "1984లో జరిగిన క్యాంపెయిన్ ఆర్ఎస్‌యూ చరిత్రలో అతిపెద్ద బహిరంగ కార్యక్రమం. 1100మంది విద్యార్థి యువకులు, 150 ప్రచార కమిటీలుగా ఏర్పడి వ్యవసాయిక విప్లవ సందేశాన్ని 2414 గ్రామాలకు తీసుకునిపోయారు."[17]

గ్రామాలకు తరలండి క్యాంపెయిన్ వలన అందివచ్చిన నాయకత్వంలో పటేల్ సుధాకర్ రెడ్డి, ఎర్రంరెడ్డి సంతోష్ రెడ్డి, మారోజు వీరన్న, మల్లోజుల కోటేశ్వరరావు, రంగవల్లి తదితరులు ఉన్నారు.

మండల్ కమిషన్ ఉద్యమం

సామాజికంగా, విద్యాపరంగా వెనుకబడిన ఉన్నవారిని గుర్తించేందుకు జనతా పార్టీ ప్రభుత్వహయాంలో ప్రధానమంత్రి మొరార్జీదేశాయ్ 1979లో మండల్ కమిషన్‌ను ఏర్పాటు చేశారు. "బిందేశ్వరప్రసాద్ మండల్ (బీపీ మండల్) నాయకత్వంలో ఏర్పడిన ఈ కమిషన్ కుల వివక్షను అధిగమించేందుకూ రిజర్వేషన్ కోటాను పరిశీలించేందుకు ఏర్పడింది. వెనుకుబాటుకు గల కారణాలను విశ్లేషించేందుకు 11 సామాజిక, ఆర్థిక, విద్య సూచికలను ముందుపెట్టుకుంది. 3,743 కులాలకు చెందిన 54% ప్రజలు (ఎస్సీ, ఎస్టీలను మినహాయించి) వెనుకబడి ఉన్నారు అని కమిషన్ గుర్తించింది. కులాల వారిగా జనాభా లెక్కలు అందుబాటులో లేని కారణంగా 1931జనాభా లెక్కలను పరిగణలోకి తీసుకుని OBCల సంఖ్యను లెక్కించింది. హిందూ జనాభాలో ఎస్సీ ఎస్టీలనూ, సామాజిక దొంతరలో ముందున్న

---

16. ప్రకాశ్‌రావు ఇ.వి. – స్టూడెంట్ పాలిటిక్స్ అండ్ ఓటింగ్ బిహేవియర్ ఇన్ ఉస్మానియా యూనివర్సిటీ, – పరిశోధనా గ్రంథం (ఉస్మానియా యూనివర్సిటీ, 1995), 162

17. ఏపీఆర్ఎస్‌యూ హిస్టరీ – ఏ గ్లోరియస్ సాగా ఆఫ్ స్టూడెంట్ స్ట్రగుల్, (క్రాంతి ప్రచురణలు, 1990), 44

కులాలను తీసేస్తే OBCల సంఖ్య 52శాతం అని తేల్చింది. 1980ల్లో కమిషన్ రిపోర్ట్ ఇస్తూ వెనుకబడిన వర్గాలకు/కులాలకు విద్యా, ఉద్యోగ రంగాల్లో కోటాను కేటాయించాలనీ, అప్పటికే అమలులో ఉన్న 27% రిజర్వేషన్ ను 49.5%శాతానికి పెంచాలని సిఫారసు చేసింది. కమిషన్ చేసిన సిఫారసులను 1990 లో ప్రధాని వీపీ సింగ్ ప్రభుత్వం అమలు చేయడంతో దానికి వ్యతిరేకంగా 1990 ఆగస్టు, సెప్టెంబర్‌లో దేశవ్యాప్తంగా నిరసనలు పెల్లుబికాయి. ఉత్తర భారతదేశంలోని అర్బన్ ప్రాంతాలలో అగ్రకులాలకు చెందిన యువత నిరసనలకు పిలుపునిచ్చారు. వెనుకబడిన వర్గాలకు రిజర్వేషన్లు ఇవ్వాలని దేశావ్యాప్తంగా పోరాటాలు జరిగాయి. ఆ పోరాటాల ఫలితమే మండల్ కమిషన్. ఈ పోరాటాల్లో ఆంధ్రప్రదేశ్ ఏర్పాటు చేసిన మురళీధర్ రావు కమిషన్ చారిత్రక పాత్ర పోషించిది. ఆంధ్రప్రదేశ్ ప్రభుత్వం జూలై 5 1986న బీసీలకు ఉన్న రిజర్వేషన్‌ను 25 శాతం నుండి 44 శాతానికీ, ఎస్సీలకు 14 నుండి 15కి , ఎస్టీలకు 5 నుండి 6 శాతానికి పెంచింది.

అయితే మండల్ కమిషన్ ఉద్యమంలో 'ఓయూ క్యాంపస్ రిజర్వేషన్ అనుకూలురు – రిజర్వేషన్' వ్యతిరేకులు అనే రెండు వర్గాలుగా చీలిపోయింది."[18]

రిజర్వేషన్ ఇవ్వాలనే మండల్ కమిషన్ చేసిన సిఫారసులను అమలు పరచిన వీపి సింగ్ ప్రభుత్వానికి వ్యతిరేకంగా 'రాజీవ్ గోస్వామి' అనే విద్యార్థి కాలబెట్టుకుని ఆత్మహత్యా ప్రయత్నం చేశాడు. ఈ ఘటన చాలామంది విద్యార్థులను ఆత్మహత్యలవైపు పురిగొల్పింది. రిజర్వేషన్ వ్యతిరేక ఉద్యమాన్ని ఉధృతం చేసింది. ఉస్మానియా యూనివర్సిటీ రాజకీయాలు తెలంగాణ గ్రామీణ సామాజిక సంబంధాలతో కూడుకుని ఉన్నాయి. విద్యా, ఉద్యోగ రంగాల్లో బీసీలకు రిజర్వేషన్ ఇవ్వడం వలన మాకు అన్యాయం జరుగుతుందంటూ అగ్రకుల శక్తులు రాష్ట్రమంతటా నిరసనలు చేశారు. మెరిట్ ఆధారంగా గాక పుట్టుక ఆధారంగా ఉద్యోగాలు, విద్యాసంస్థల్లో సీట్లు ఇస్తున్నరనేది అగ్రకుల శక్తుల ఆరోపణ. రిజర్వేషన్లకు వ్యతిరేకంగా ధర్నాలు, హర్తాళ్లు, బంద్‌లతో జరిగిన పోరాటాన్ని ఆరెస్సెస్‌కి చెందిన ఏబీవీపీ ముందుండి నడిపించింది. రిజర్వేషన్ అనుకూలవాదులు ఆంధ్రప్రదేశ్ సమ సంగ్రామ పరిషద్ (APSSP) అనే సంస్థను ఏర్పాటు చేశారు. రిజర్వేషన్లను స్వాగతిస్తున్న విద్యార్థి సంఘాలు జన చైతన్య సమితి (JCS) అనే

18. ఏపీఆర్ఎస్‌యూ హిస్టరీ – ఏ గ్లోరియస్ సాగా ఆఫ్ స్టూడెంట్ స్ట్రగుల్, (క్రాంతి ప్రచురణలు, 1990), 44

ఐక్య సంఘటన వేదికను ఏర్పాటు చేశారు. హైదరాబాద్‌లో పదిహేను వేలమంది విద్యార్థులతో రిజర్వేషన్ అనుకూల ర్యాలీ నిర్వహించారు. మరోవైపు హిందుత్వ, ప్రతిఘాతుక శక్తులు రిజర్వేషన్లకు మద్దతుగా నామమాత్రపు ప్రకటన విడుదల చేసి ప్రభుత్వంపై, రిజర్వేషన్ అనుకూల వాదులపై విమర్శల వర్షం కురిపించారు.

1980లలో ముఖ్యంగా 90తర్వాత మండల్ ఉద్యమ అనంతరం వివిధ కుల సమూహాల మధ్యన చర్చలు జరిగాయి. కులపరమైన హెచ్చుతగ్గులు అంతటా ఉన్నాయి. బ్రాహ్మణులు తమ ఆధిపత్యాన్ని చెక్కుచెదరకుండా ఉంచుకోవాలని చూస్తున్నారు. ఈ సామాజిక ఉద్యమాల వలనే భూస్వామ్య, బ్రాహ్మణీయ వ్యతిరేక స్పృహ దళితులూ, బీసిలలో మొదలయింది. ఈ ఉద్యమాలు విస్తృతమై ప్రజల మద్దతును కూడగట్టుకున్నాయి. "1990లలో వచ్చిన విద్యార్థి ఉద్యమాలకు రాజకీయ పార్టీలమద్దతు లేకపోయుంటే అవి అంత బలంగా ముందుకు వచ్చేవి కాదు అనే కారణమూ లేకపోలేదు. ఈ స్పృహ భారతదేశంలోని SC,STలు,OBCలు, ఇతర మతపరమైన మైనారిటీల మధ్య రాజకీయ ఐక్యతను నెలకొల్పడానికి ఒక ముందస్తు పరిస్థితిని సృష్టించింది. ఓయూ క్యాంపస్ రిజర్వేషన్ వ్యతిరేక బ్రాహ్మణీయ హిందూ శక్తులుగా - బ్రాహ్మణీయ వ్యతిరేక రిజర్వేషన్ వాదులుగా నిట్టనిలువుగా చీలిపోయింది. ఈ చీలిక భారతదేశ సామాజిక వ్యవస్థకు అద్దంపడుతుంది.

ఓయూలో కాపిటేషన్ ఫీజుకు వ్యతిరేకంగా చరిత్రలో నిలిచిపోయిన పోరాటం

నేదురుమల్లి జనార్ధన్‌రెడ్డి ప్రభుత్వం ఉస్మానియా మెడికల్ కాలేజిలో నిర్ణయించిన అన్యాయమైన కాపిటేషన్ ఫీజుకు వ్యతిరేకంగా1992లో పద్దెనిమిది విద్యార్థి సంఘాలు ఒక్కతాటిపైకి వచ్చి ఐక్య కార్యాచరణ కమిటీ (JAC)గా ఏర్పడ్డారు. ఈ పోరాటం వలన జనార్ధన్ రెడ్డి ప్రభుత్వం కూలిపోయింది. ఈ సందర్భంలో విద్యార్థి ఉద్యమాన్ని అణచివేసేందుకు ప్రభుత్వం అనేక ప్రయత్నాలను చేసింది. PDSU, RSUలు ఆ కాలంలో క్రియాశీలకంగా పనిచేస్తూ ఉండేవి. బలమైన విద్యార్థి ఉద్యమాన్ని నడిపిస్తున్న ఈ సంఘాలను ప్రభుత్వం బెదిరించింది. అప్పటికే మండల్ కమీషన్ ఉద్యమం, కాపిటేషన్ ఫీజుల రద్దు ఉద్యమం ఉధృతంగా ఉండటంలో విద్యార్థి నాయకులని నక్సలైట్ల పేరుమీద చంపే కార్యక్రమానికి తెర తీసింది. అలా ఎన్‌కౌంటర్లలో చనిపోయిన చాలామందికి ప్రత్యక్షంగానో, పరోక్షంగానో ఉస్మానియా యూనివర్సిటీతో సంబంధాలు ఉండేవి. వాటికి కొనసాగింపుగానే రాడికల్ స్టూడెంట్ యూనియన్‌ని మిలిటెంట్ సంస్థగా పేర్కొంటూ మే 21, 1992న

నిషేధించడం. ఇదే పద్ధతిలో ప్రజాస్వామిక వ్యక్తులపైనా, సంఘాల పైనా నిర్బంధం కొనసాగించింది.

1996లో తెలంగాణ విద్యార్థుల రాజకీయాలు మరోసారి చురుగ్గా ప్రారంభమయ్యాయి. వామపక్ష విద్యార్థులు మిలిటెంట్ ఉద్యమానికి నాయకత్వం వహించారు, ముఖ్యంగా సమాజం యొక్క ప్రజాస్వామీకరణ ప్రక్రియలో వామపక్షాలు ప్రత్యేకించి రాడికల్ లెఫ్ట్ స్టూడెంట్ గ్రూపులు, SC, ST, BC, మైనారిటీలు రిజర్వేషన్లకు ముందు ఉద్యమానికి నాయకత్వం వహించారు. 90ల తర్వాత ఉస్మానియా విద్యార్థి రాజకీయాలు మరో రూపు సంతరించుకున్నాయి. కారంచేడు ఊచకోత తరువాత అన్ని బహుజన సంఘాలు, హక్కుల వేదికలు, ముఖ్యంగా షెడ్యూల్ కుల సంఘాలు దళితులపై బ్రాహ్మణీయ అగ్రవర్ణ దాడులకు వ్యతిరేకంగా పోరాడాయి. అన్ని ప్రగతిశీల విద్యార్థి సంఘాలు కూడా ఉద్యమంలో పాల్గొన్నాయి. ఈ నేపథ్యంలో రాష్ట్రం మొత్తం మీద అనేక దళిత సంఘాలు ఆవిర్భవించాయి. ఉస్మానియా క్యాంపస్‌పై కూడా వాటి ప్రభావం పడింది.

దళిత చైతన్యం కారణంగా ఉస్మానియా క్యాంపస్‌తో సహా రాజకీయ సమూహంలో తాత్విక, సైద్ధాంతిక మార్పులు వచ్చాయి. ఉస్మానియా క్యాంపస్ కుల వివక్ష, కుల అణచివేతకు వ్యతిరేకంగా అనేక ఆత్మగౌరవ ఉద్యమాలకు నాయకత్వం వహించింది. మండల్ ఉద్యమం కారణంగా అనేక మంది SC, ST, OBC, మైనారిటీ విద్యార్థులు రాష్ట్రంలోని అన్ని జిల్లాల నుండి ముఖ్యంగా తెలంగాణ నుండి యూనివర్సిటీలోకి వచ్చారు. వామపక్ష, దళిత విద్యార్థి సంఘాలు వివిధ సమస్యలపై, ముఖ్యంగా కుల వివక్ష, హిందూత్వ రాజకీయాలకు వ్యతిరేకంగా కలిసి పనిచేశాయి. దళిత సంఘాలకు వామపక్ష విద్యార్థి సంఘాల పట్ల వారి వారి స్వంత సైద్ధాంతికమైన పరిమితులు ఉండటం ఇక్కడ ఆసక్తికర అంశం.

రాజ్యం తన ప్రయోజనాల కోసం ఏబీవీపీని ఉద్దేశపూర్వకంగానే విద్యార్థి సంఘాలకు వ్యతిరేకంగా ప్రోత్సహించింది. ముఖ్యంగా వామపక్ష, దళిత, విప్లవ సంఘాలకు వ్యతిరేకంగా. దాంతో ABVP గాథ ప్రారంభమైంది. అది ఉస్మానియా క్యాంపస్‌లో శక్తివంతమైన సమూహంగా మారింది. ఈ క్రమంలో విప్లవ విద్యార్థులపై పెరిగిన నిర్బంధం కారణంగా అజ్ఞాతంలో ఉంటూ తమ కార్యకలాపాలను నిర్వహించంనారంభించారు. అదే సమయంలో దళిత విద్యార్థులు వామపక్షాల మద్దతుతో హిందుత్వ శక్తులకు వ్యతిరేకంగా పోరాటం ప్రారంభించారు. 1995

వరకు ABVP కార్యకలాపాలకు వ్యతిరేకంగా ఏ విద్యార్థి సంఘం ముందుకురాని పరిస్థితి వలన, క్యాంపస్ మొత్తం ABVP ఆధీనంలోకి వచ్చింది. 1992-96 వరకు పరిపాలన పోలీసుల పర్యవేక్షణలో ఇదంతా జరగడం ఇక్కడ చాలా ముఖ్యమైన విషయం, ఇది ABVP చేసిన దారుణమైన దాడులు, కార్యకలాపాలు ఉచ్ఛస్థాయికి చేరుకున్న కాలం. మిగతా సమూహాలన్నీ తమ ప్రజాస్వామిక చోటును కోల్పోయాయి. దీంతో ఏ సంఘం కూడా ఏబీవీపీకి వ్యతిరేకంగా నేరుగా ముందుకు వెళ్లే సాహసం చేయలేకపోయింది.

విద్యార్థి సంఘాలలో, మహిళా హాస్టల్లో పనిచేస్తూ క్యాంపస్ రాజకీయాల్లో కేంద్ర స్థానంలోకి ఇదేకాలంలో మహిళా నాయకత్వం వచ్చింది. హిందుత్వ శక్తులు కార్యకర్తలను మైనారిటీ విద్యార్థులను, ఇతర విద్యార్థి సంఘాల నాయకులని నిత్యం వేధించేవారు. దళిత, ప్రగతిశీల సంఘాలకు చెందిన మహిళా నాయకులూ వీళ్ళ వేధింపుల బారిన పడ్డారు. 1996లో అరుణ్ నాయక్ అనే లంబాడ సామాజిక వర్గానికి చెందిన ఎం.టెక్ విద్యార్థిని ఇనుపరాడ్లతో కొట్టి, మర్మాంగాలను కోసి దారుణంగా హత్యచేశారు. ప్రతి ఆదివారం ఆరెఎస్ఎస్ యూనివర్సిటీ యూనిట్ ల్యాండ్ స్కేప్ గార్డెన్ లో బైఠక్ నిర్వహించేది. బీ హాస్టల్ విద్యార్థులను బలవంతంగా ఆ బైఠక్ లో కూర్చోబెట్టేవారు. 1990 - 2000 మధ్య కాలంలో యూనివర్సిటీ ప్రాంగణంలో గుళ్ళు నిర్మించడం, అప్పటికే ఉన్న చిన్న చిన్న గుళ్ళను పెద్దగా చేయడం ప్రణాళికతో చేశారు.

భోధన, బోధనేతర సమూహాలు కూడా బలమైన సంఘాలను ఏర్పాటు చేసుకున్నారు. ఇప్పటికీ అవి వాటి కార్యక్రమాలలో క్రియాశీలకంగానే ఉన్నాయి. అప్పుడున్న రాజకీయ పరిస్థితిలో ఆంధ్రప్రదేశ్ రాడికల్ స్టూడెంట్స్ యూనియన్ ఏబీవీపిని కట్టడి చేసి యూనివర్సిటీలో మళ్ళీ ప్రజాస్వామిక వాతావరణం తీసుకురావాలనే నిర్ణయానికి వచ్చింది. 1996 మార్చ్ 4న ఏబీవీపీ నాయకుడు చంద్రారెడ్డిని ఆర్ఎస్యూ విద్యార్థులు కాల్చిచంపారు. దాంతో ఏబీవీపీ హాస్టళ్ళ మీదపడి విద్యార్థుల మీదా, పీడీఎస్యూ విద్యార్థులు ఉంటున్న హాస్టల్ రూముల మీద దాడి చేసింది. ఆ దాడిలో చాలామంది విద్యార్థులకు గాయాలయ్యాయి. చంద్రారెడ్డి హత్య తరువాత యూనివర్సిటీలో ఏబీవీపీ కొనసాగిస్తున్న ఏకఛత్రాధిపత్యం తగ్గుముఖం పట్టింది. దాంతో ఏర్పడిన ప్రజాస్వామిక వాతావరణంలో ఇతర విద్యార్థి సంఘాలు తమ రాజకీయ కార్యకలాపాలను మొదలుపెట్టాయి.

దాదాపు ఇదే సమయంలో తెలంగాణ డెవలప్‌మెంట్ ఫోరం, తెలంగాణా మహాసభ, తెలంగాణ జనసభ లాంటి సంఘాలు ఏర్పడ్డాయి. ఈ పరిణామాలు తెలంగాణ రాజకీయాలను క్యాంపస్ నేపథ్యంలో అర్థం చేసుకోవడానికి దోహదం చేశాయి. అందరూ అంటున్నట్లు భౌగోళిక తెలంగాణ కాదు ప్రజాస్వామిక తెలంగాణా కావాలని తెలంగాణ స్టూడెంట్స్ ఫ్రంట్ 1998లో ఏర్పడింది. దానికి ఉస్మానియా యూనివర్సిటీలోనే గాక తెలంగాణలోని జిల్లాల్లోనూ శాఖలున్నాయి.

హిందుత్వ శక్తులను ఎదుర్కొనే క్రమంలో మొదలైన దళిత, వామపక్ష శక్తుల మధ్య ఐక్యత మొదలైంది. అయితే ఇదే కాలంలోనే అంబేద్కర్ – మార్క్సిస్ట్ సిద్ధాంతాల పేరున రెండు శిబిరాల మధ్యన వైరుధ్యాలు పెరిగాయి. కాని, ఉస్మానియా యూనివర్సిటీ విద్యార్థి ఉద్యమాల చరిత్రను గనుక మనం చూసుకుంటే దళిత వామపక్ష సంఘాలు రెండు కారణాల చేత కలిసి పనిచేసారు. 1990లలో యూనివర్సిటీలోకి వచ్చిన గ్రామీణ దళిత బహుజన పీడిత సమూహం వామపక్ష సంఘాల్లో నాయకత్వ స్థానంలో ఉండటం ఒకటైతే, విప్లవ పోరాటాలతో దళితులకు ఉన్న ఐక్య పోరాటాల చరిత్ర క్యాంపస్ లోనూ కొద్దిపాటి మినహాయింపులతో కొనసాగడం మరొకటి.

వైరుధ్యాలు, బేధాభిప్రాయాలు ఉన్నప్పటికీ దళిత వామపక్ష శక్తులు ఇప్పటికీ ఐక్య కార్యాచరణ కమిటి కింద పనిచేస్తూనే ఉన్నారు. ఏబీవీపీ రాజకీయాల్లో ఉన్న కులవివక్షను గుర్తించడం, హిందుత్వ శక్తులను ఎదుర్కునే దళిత శక్తులతో కలిసి నడవడం, క్యాంపస్ లో ప్రజాస్వామిక వాతావరణంకై పాటుపడటం దళిత విప్లవ శక్తుల ఐక్యతకు ప్రధాన కారణం. ఏబీవిపీతో జరిగిన గొడవల్లో ఎస్సీ, ఎస్టీ అత్యాచార నిరోధక చట్టం విలువైన పాత్రను పోషించింది.

2002లో టీఆర్ఎస్వీ ఉస్మానియా యూనివర్సిటీలో ప్రవేశించింది దాంతో ఏబీవీపీ నాయకులు కొందరు అందులో చేరిపోయి తమ రాజకీయ సిద్ధాంతాలను ప్రత్యేక రాష్ట్రం పేరుతో కొనసాగించారు. ఈ మార్పుతో ఓయూలోని విద్యార్థి రాజకీయాలు హిందుత్వ ఏబీవీపీ ప్రగతిశీల తెలంగాణ ఉద్యమంలోకి దారి చేసుకుంది. తెలంగాణ ప్రాంతీయ ఉద్యమంలో ఇది సంఘర్షణకు దారి తీసింది. 2006లో తెలంగాణ విద్యార్థి వేదిక, తెలంగాణా విద్యార్థి సంఘం ఏర్పడ్డాయి. తెలంగాణ విద్యార్థి వేదిక దాని ఆవిర్భావం నుండే టీఆర్ఎస్ పార్టీని సైద్ధాంతికంగా వ్యతిరేకించింది. ప్రజాస్వామిక తెలంగాణ కావాలని డిమాండ్ చేసింది. అధికార

రాజకీయాల్లో భాగంగా టీఆర్ఎస్ ఉద్దేశపూర్వకంగానే టీఆర్ఎస్వీని నిర్లక్ష్యం చేసింది. అదే సమయంలో తెలంగాణ ఉద్యమంలోకి విద్యార్థులను భాగస్వాములను చేసేందుకు టీవీవీ, టీవీఎస్ లు ప్రచారాలు, సమావేశాలు, ఉద్యమాలు చేశాయి.

ఉస్మానియా యూనివర్సిటీ విద్యార్థి ఉద్యమానికి సుదీర్ఘ చరిత్ర ఉన్నది. వలసవాద బ్రిటిష్ పాలనకు వ్యతిరేకంగా స్వాతంత్ర్య ఉద్యమంలో ఎంతోమంది విద్యార్థులు క్రియాశీలంగా పాల్గొన్నారు. అదే సమయంలో రాచరిక రాజ్యాల్లో వలస, భూస్వామ్య వ్యతిరేక ఉద్యమాలు మొదలయ్యాయి. నిజాం పాలనలో విద్యార్థులు వందేమాతరం, గ్రంథాలయ ఉద్యమం, భూస్వామ్య వ్యతిరేక ఉద్యమం, రైతాంగ సాయుధ పోరాటాలలో విద్యార్థులు భాగమయ్యారు. ముల్కీ -నాన్ ముల్కీ ఉద్యమం అంతర్గతంగా రగులుతూనే ఉంది.

1948 సెప్టెంబర్ 17 తర్వాత జరిగిన 'ఆపరేషన్ పోలో' హైదరాబాద్ రాజ్యంలోని సామాజిక రాజకీయ పరిస్థితులను మార్చివేసింది. పరిపాలన సంబంధ ఉద్యోగాల కోసం కోస్తాంధ్ర నుండి వచ్చిన బ్యూరోక్రాట్లు తమ సొంత ప్రాంతాలకు వెళ్ళకుండా తెలంగాణ విద్యాపరమైన వెనుకబాటు స్థితిని దోపిడీ చేస్తూ ఇక్కడే ఉండిపోయారు. దీనివలన నాన్ ముల్కీల ప్రవేశం ఎక్కువగా పెరిగింది. తెలంగాణకు ఇచ్చిన హామీలు, రక్షణ అమలుకోసం తొలుత మొదలైన పోరాటం 1968-69 నాటికి ప్రత్యేక తెలంగాణ ఉద్యమంగా రూపు మార్చుకుంది. దీన్నే తొలిదశ తెలంగాణ ఉద్యమం అంటున్నాం. ఈ ఉద్యమాన్ని రాజకీయ నాయకులు ఆక్రమించారు. తరువాత వచ్చి చేరిన మర్రి చెన్నారెడ్డి 'తెలంగాణ ప్రజా సమితి'ని స్థాపించి గవర్నర్ పోస్టు, ఇతర రాజకీయ ప్రయోజనాల కోసం ఉద్యమాన్ని అమ్మేశాడు. 370మంది అధికారికంగా చనిపోయినా, వేలాది మంది గాయాల పాలైనా తెలంగాణ ప్రజలు తమ లక్ష్యాన్ని చేరుకోలేకపోయారు. రాజకీయ నాయకులు ఈ ఉద్యమానికి ద్రోహం చేశారు.

1970ల తర్వాత ప్రజా విముక్తి పోరాటాల కాలం మొదలైంది. ఇది అనేక మంది క్యాంపస్ విద్యార్థులు విప్లవ విద్యార్తి ఉద్యమ బాట పట్టడానికి కారణమైంది. నిజానికి హిందుత్వ శక్తులతో పోరాడుతూ త్యాగాలు చేసిన వామపక్ష విద్యార్థుల వలన క్యాంపస్ లో ప్రజాస్వామిక వాతావరణం నెలకొన్నది, 1980లలో రెండవ దశ విప్లవ విద్యార్థి ప్రవాహం మొదలైంది. అనేక మంది క్యాంపస్ విద్యార్థులు ఆంధ్రప్రదేశ్ లోనే గాక దేశ స్థాయిలో నక్సలైట్ ఉద్యమానికి నాయకులుగా ఎదిగారు.

సామాజిక స్పృహకూ, ఆచరణకు ఉస్మానియా క్యాంపస్ కేంద్రంగా ఉంది. జాతీయ, అంతర్జాతీయ స్థాయిలో వస్తున్న ప్రజల సామాజిక, ఆర్థిక, సాంస్కృతిక, రాజకీయ సమస్యలకు ప్రతిస్పందిస్తూనే ఉన్నారు.

1990 ఆగస్టు, సెప్టెంబరులో మండల్ కమిషన్ సిఫార్సుల అమలు కోసం భారీ నిరసనలు జరిగాయి. ఇది గొప్ప ప్రజా పోరాటాల తర్వాత ప్రారంభించబడింది. ఆంధ్రప్రదేశ్ పోరాటాలకు తనదైన చారిత్రక ప్రాధాన్యత ఉంది. మండల్ ఉద్యమంలో ఉస్మానియా విద్యార్థులు కీలకపాత్ర పోషించారు. గత విద్యార్థి ఉద్యమాలన్నీ సమకాలీన తెలంగాణ ఉద్యమానికి వేదికను సృష్టించి విశ్వవిద్యాలయాన్ని ప్రజాస్వామీకరించాయి. గ్లోబలైజేషన్ కారణంగా ఉన్నత తరగతి విద్యార్థులు ఉస్మానియా యూనివర్సిటీలో చేరడానికి ఆసక్తి చూపకపోవడంతో, విద్యా, ఉపాధి రంగాలలో ముఖ్యంగా అణగారిన కులాలు, అణగారిన వర్గాల విద్యార్థులు యూనివర్సిటీలోకి వస్తున్నారు. కాబట్టి ప్రత్యేక తెలంగాణ ఉద్యమంలో పాల్గొన్న, ముందుండి నడిపించిన విద్యార్థులు వీరే.

తెలంగాణ ఉద్యమంలో విద్యార్థి జేఏసీ పాత్ర

2009 నవంబర్ చివరి వారంలో ఉస్మానియా నుండి ప్రారంభమైన తెలంగాణ విద్యార్థి ఉద్యమం భారతదేశ విద్యార్థి ఉద్యమ చరిత్రలో విశిష్టమైన స్థానాన్ని సంపాదించుకుంది. నిజానికి దీని వెనుక గల సామాజిక, అర్థిక, రాజకీయ కారణాలే ఉద్యమంలో విద్యార్థులను ముందు వరుసలో నిలబెట్టాయి.

వర్తమాన సామాజిక వ్యవస్థ అసాంతం వ్యక్తి వికాస యుగంలో నడుస్తున్న సమాజంలో ఈ ఉద్యమం ప్రపంచ దృష్టిని ఉస్మానియా వైపు ఆకర్షించేలా చేసింది. ఉస్మానియా కేంద్రంగా ప్రారంభమైన విద్యార్థి ఉద్యమం 4 కోట్ల తెలంగాణ ప్రజల ఆకాంక్షలకు ప్రతిబింభమైంది. ఉస్మానియా యూనివర్సిటీ పోరాట వారసత్వం యూనివర్సిటీ నిర్మాణం జరిగిన కాలం నుండే కనిపిస్తుంది. ప్రత్యేక రాష్ట్ర ఏర్పాటుకోసం సాగిన ఉద్యమాల చరిత్రలో ఇంత సంఘటితంగా-విస్త్రుతంగా ప్రాణాలకు తెగించి పోలీసు బలగాలతో హోరాహోరి పోరాడిన చరిత్ర ఇంతగా ఎక్కడా కానరాదు.

ఉస్మానియా విద్యార్థుల అద్భుతమైన పోరాట పటిమ, ఉద్యమం కేవలం తెలంగాణ ప్రజలకు మాత్రమే ప్రతిబింబం కాలేదు. అది ఎన్నో నూతన విశ్లేషణలకు, కొత్త ఆలోచనలకు తెరలేపింది. 'ప్రపంచీకరణలో ప్రశ్నించడం, ప్రతిఘటించడం

వీలు కాదు, దానిలో ఒదిగి పోవాల్సిందే'ననే పెట్టుబడిదారీవర్గ మేధావులు, అనుయాయులు చేస్తున్న వాదనలను ఈ ఉద్యమం బద్దలు కొట్టింది. సామాన్యమైన విద్యార్థులు సంఘటితంగా పోరాడితే ప్రజల మద్ధతు ఏవిధంగా లభించగలదో వారు ఏ విధంగా ఉద్యమంలో భాగం కాగలరో కూడా నిరూపించింది.

రాజ్య వ్యవస్థను ప్రశ్నించి ధిక్కార స్వభావాన్ని చాటి చెప్పినందుకు ఫలితం ఎలా ఉంటుందో ముందే తెలిసికూడా వ్యక్తిగత జీవితాలను, విలువైన చదువులను, చివరికి ప్రాణాలను సైతం అర్పించడం విప్లవ విద్యార్థి ఉద్యమాలలో కనిపిస్తుంది. తెలంగాణలోని పది జిల్లాలకు చెందిన ఎస్సీ, ఎస్టీ, బీసీ, మైనార్టీలే 95 శాతం పైగా ప్రాతినిధ్యం వహిస్తున్న వారు కేవలం ఇక్కడ విద్యార్థులుగానే కనిపించరు. వారు వారి తల్లిదండ్రుల ఆకాంక్షల సాధకులుగా, పోరాటమే భవిష్యత్తుకు భరోసా ఇస్తుందనే జీవనతత్వం బాగా తెలిసిన వారి లాగా కనిపిస్తారు. ఇక్కడ ఉద్భవించిన నవతరం మేధావులుగా కనిపిస్తారు. చరిత్రలో మునుపెన్నడు లేని విధంగా లక్ష్య సాధన క్రమంలో ఆత్మహత్యలు చేసుకున్న విద్యార్థులు కూడా ఇక్కడే ఉండడం. ఉద్యమంలో ఇది మరో పార్శ్వం.

ఆత్మహత్యలు తిరిగి స్తబ్ధంగాఉన్న ఉద్యమాన్ని రగల్చడం ఆసక్తికరంగా కనిపిస్తాయి. వాటి సందర్భంగా వివిధ రాజకీయ పార్టీల పాత్రలు వారి యధా వాగ్ధానాలు, సాంప్రదాయ ప్రసంగాలు ఆత్మహత్యలు కూడా రాజకీయ పార్టీలకు, వారి మనుగడకు ఎలా ఉపయోగపడగలవో అర్థం చేసుకోవడానికి చక్కని ఉదాహరణగా నిలుస్తాయి. విద్యార్థుల అసాధారణ పోరాటం ప్రజల విశేష స్పందన మద్దతు కేంద్ర ప్రభుత్వాన్ని అనివార్యతలోకి నెట్టివేసింది.

2009 నవంబర్ విద్యార్థి ఉద్యమ పూర్వ నేపథ్యం :

తెలంగాణ రాష్ట్ర సమితి రాష్ట్ర అధ్యక్షుడు కల్వకుంట్ల చంద్రశేఖర్ రావు 2000 సం॥లో మంత్రి పదవి దక్కకపోవడం వల్ల అధికార తెలుగుదేశం పార్టీ నుండి బయటికొచ్చాడు. సమస్త రంగాలతో దోపిడికి, వివక్షకు, అణిచివేతకు గురైన తెలంగాణ ప్రాంతం ఆనాడు స్మశానాన్ని తలపిస్తుంది.

తెలంగాణ ఉద్యమ సంస్థలు తెలంగాణ జన సభ, తెలంగాణ మహాసభ, తెలంగాణ ఐక్యవేదిక, ఇతర పరిశోధనా బృందాలు, తెలంగాణ వాదులు చేసిన కృషి మూలంగా తెలంగాణ వాదం మరింత విస్తరించింది. పైన పేర్కొన్న వాటిలో ప్రధానంగా ప్రభావితం చేసిన సంస్థలు జనసభ, మహాసభలు ప్రజల మౌలిక

సమస్యలే ఎజెండాగా ఉద్యమ నిర్మాణం చేపట్టడం వల్ల పాలకవర్గాలు అత్యంత పాశవికంగా అణిచివేతకు గురిచేశాయి. ఈ సంస్థలు ప్రత్యేక తెలంగాణ రాష్ట్రం భౌగోళికంగానే ఏర్పడితే సరిపోదని ప్రజల యొక్క మౌలిక సమస్యలైన భూమి సమస్య, ప్రాజెక్టుల నిర్మాణం, త్రాగునీరు, సాగునీరు, విద్యా, వైద్యం, ఉద్యోగాలు, ఉపాధి, సంక్షేమం, కులవివక్ష, దళిత, గిరిజన సమస్యలు కనీస మానవ హక్కులకు గ్యారంటీతో కూడిన తెలంగాణ కావాలని నినదించాయి. స్వేచ్ఛ, సమానత్వం, స్వపరిపాలన గల ప్రత్యేక ప్రజాస్వామ్యం కావాలని, సామాజిక తెలంగాణ కావాలనే సైద్ధాంతిక దృక్పథం ఆచరణ కలిగి ఉన్నాయి. భారత ప్రజాస్వామ్యంలో చట్టబద్ధంగా సాధ్యమయ్యే సాధారణ కోరిక కూడా ఎంత ప్రజాస్వామికమైనదైనప్పటికి ఎంత దారుణంగా అణిచివేయబడుతుందో అందున తెలంగాణలోనైతే ఎలాంటి స్థితి ఉంటుందో ఇక్కడ అర్థం చేసుకోవచ్చును.

ఈ తెలంగాణ వాదాన్ని ఉపయోగించుకొని రాజకీయ అస్తిత్వాన్ని ఎలా అభివృద్ధి చేసుకోవచ్చునేది తెలంగాణ ప్రాంతీయ బూర్జువా వర్గానికి అనుభవమే ఉన్నది. ఇలా "2001ఏప్రిల్‌లో తెలంగాణ రాష్ట్ర సాధనే లక్ష్యంగా ప్రకటించుకొని కేసీఆర్ తెలంగాణ రాష్ట్ర సమితి అనే నూతన ప్రాంతీయ రాజకీయ పార్టీని ప్రారంభించాడు. టిఆర్ఎస్ సింహ గర్జన సభ 2001లో కరీంనగర్‌లో జరిగినప్పటి ప్రత్యేక రాష్ట్రం కోసం విద్యార్థులు,యువకులు వీధులకెక్కి ఉద్యమాలు చేయనవసరం లేదని తమకు మద్దతు ఇస్తేచాలు ప్రత్యేక రాష్ట్రం తెచ్చివారి చేతిలో పెడతామని కేసీఆర్ అన్నాడు. మాటలు సరిగ్గా ఇవే కాకపోయినా సారాంశం మాత్రం ఇదే."[1]

వర్తమాన పార్లమెంటరీ రాజకీయ వ్యవస్థలో ప్రాంతీయ పార్టీల పాత్ర భాగస్వామ్యం కేంద్ర స్థాయిలో అత్యంత కీలకమని సంకీర్ణ ప్రభుత్వాల యుగంలో ఈ సంఖ్య కేంద్రాన్ని అత్యధికంగా ప్రభావితం చేసి కోరికలు, సమస్యలు పరిష్కరించుకోవడంలో ఎంతో తోడ్పడుతుందని నమ్మించటంలో కేసీఆర్ ప్రారంభం నుంచి ఒక మేరకైనా సరే విజయవంతం అవుతున్నాడు. ఎన్నికైన ఎమ్మెల్యే, ఎంపీల మద్దతు ఆయా ప్రభుత్వాలు నిలబడాలంటే ఎల్లప్పుడూ అవసరం ఉంటుంది. కనుక తెలంగాణ రాష్ట్రాన్ని ఏర్పరిచే షరతులపై వాటికి మద్దతు ఇవ్వవచ్చు. అనివార్యంగా తెలంగాణ రాష్ట్రం ఈ విధంగా ఏర్పడటం ఖాయం అనేది టీఆర్ఎస్ సిద్ధాంత,

1. (తెలంగాణ ఎందుకు ఆలస్యం అవుతున్నది? టంకశాల అశోక్, 2013, విద్యావంతుల ప్రచురణలు) పేజీ.32

రాజకీయ అవగాహన. టిఆర్ఎస్ మొదటి నుండి జె.ఎమ్.ఎమ్ విధానమే తన విధానమని చెబుతూ వస్తుంది. వాస్తవంగా జె.ఎమ్.ఎమ్ చరిత్రను పరిశీలిస్తే 1939లో జైపాల్ సింగ్ అధ్యక్షతన ఏర్పడ్డ ఆదివాసీ మహసభ అనంతరం పార్టీగా రూపాంతరం చెందింది.

1952లో జరిగిన తొలి సార్వత్రిక ఎన్నికల్లో 32 స్థానాలను గెలుచుకుంది. అనంతరం ఎన్నికల్లో కూడా ఆ పార్టీ తన స్థానాన్ని నిలబెట్టుకుంది. బీహార్ ప్రాంతంలోని ఆదివాసీలు నివసిస్తున్న విశాల ప్రాంతాన్ని కలువుకొని జార్ఖండ్ రాష్ట్రంగా ఏర్పాటు చేయాలని ఈ పార్టీ ప్రతిపాదించింది. దీన్ని మొదటి రాష్ట్రాల పునర్ వ్యవస్థీకరణ సంఘం (ఎస్.ఆర్.సీ) తిరస్కరించింది. అనంతరం జార్ఖండ్ సాధన కోసం అనేక పార్టీలు, సంస్థలు పుట్టుకొచ్చినప్పటికీ కాలక్రమంలో శిభూసొరెన్ నాయకత్వంలో గల జార్ఖండ్ ముక్తి మొర్చా (జె.ఎమ్.ఎమ్) మాత్రమే నిలబడగలిగింది. జె.ఎమ్.ఎమ్ తీవ్రవాద ఆదర్శాన్ని ప్రతిపాదించినప్పటికీ ఆదివాసీల స్వయం నిర్ణయాధికార విషయంలో, రాష్ట్రం ఏర్పాటు విషయంలో ఆయా కేంద్ర ప్రభుత్వాలతో రాజీపడింది. 1990లో తమకున్న ఎంపీల బలంతో కేంద్రాన్ని ప్రభావితం చేసే పరిస్థితి వున్నా రాష్ట్ర ఏర్పాటుకై ప్రయత్నించలేదు. రాజకీయ నాయకత్వం యొక్క రాజకీయ, ఆర్థిక, ప్రయోజనాలే ఇందుకు కారణం. ప్రత్యేక ప్రాంతీయ పోరాటాలు, అస్థిత్వాల నాయకత్వం అప్రజాస్వామికంగా ఉంటే స్వార్ధపూరితంగా ఉంటే ప్రజలు తమ మనుగడకోసం చేసే పోరాటం ఏ విధంగా బలహీన పడగలదో జార్ఖండ్ సుదీర్ఘ చరిత్రను బట్టి అర్థం చేసుకోగలం. దీన్నే విస్తృతంగా 2001 నుండి 2009 వరకు టీ.ఆర్.ఎస విజయవంతంగా ప్రజల్లోకి చొప్పించగలిగింది. ఈ భావజాల వ్యాప్తికి తెలంగాణలోని మేధావి వర్గం విశేషంగా కృషి చేసింది. భావవ్యాప్తి ఉద్యమం ఎన్నికలనే సిద్ధాంతం అంతిమ సారాంశంలో ఎన్నికలుగానే మిగిలిపోయింది.

2004లో కాంగ్రెస్‌తో టి.ఆర్.ఎస ఎన్నికల పొత్తు పెట్టుకున్నది. కాంగ్రెస్ అధికారంలోకి రాగానే దాటవేత, నిర్లక్ష్య వైఖరిని ప్రదర్శించింది. 2009 నాటికి కూడా ఒక్కసారైనా బలమైన ఉద్యమ నిర్మాణం వైపు చూడకుండా టీ.ఆర్.ఎస్. పదవులు, ఆర్థిక లావాదేవీలతో చుట్టు తిరిగింది. అయినప్పటికి మధ్య తరగతి సమాజంలో టీ.ఆర్.ఎస్‌కు ప్రాధాన్యత ఉండేది. అసంతృప్తితో ఉన్న ప్రజలకు బలమైన రాజకీయ ప్రత్యామ్నాయం లేకపోవడమే ఇందుకు ప్రధాన కారణం.

'ఏ ఇటుక పెల్లను ఎక్కడ పేర్చాలో నాకు బాగా తెలుసు" అంటూ

విద్యార్థులను ఉద్యమంలో ఏమాత్రం భాగం కానీయకుండా కేసీఆర్ చాలా సంవత్సరాలు చూడగలిగాడు. కేసీఆర్‌ను విభేదిస్తూ, టీ.ఆర్.ఎస్. రాజకీయ అవగాహనను వ్యతిరేకిస్తూ ప్రజాస్వామిక, బహుజన తెలంగాణ దృక్పథం గల విద్యార్థి సంస్థలు, పని చేసినప్పటికీ ప్రధాన రాజకీయ స్రవంతిని అవి ప్రభావితం చేయలేకపోయాయి. హఠాత్తుగా విద్యార్థులు ఉద్యమంలోకి రావాలి. వారిని రానివ్వాలి లేకుంటే రాజకీయ భవిష్యత్తు ప్రమాదంలో పడుతుందని టీ.ఆర్.ఎస్.అధినేత కేసీఆర్ గ్రహించాడు. 2009 ఎన్నికల్లో తెలుగుదేశం సిపిఐ(యం), సిపిఐలతో జత కట్టిన టి.ఆర్.ఎస్. పోటీ చేసిన స్థానాల్లో మూడవవంతు కూడా విజయం సాధించలేదు. స్వయంగా కేసీఆర్ కొడుకు కల్వకుంట్ల తారక రామారావు కేవలం 171 ఓట్ల మెజారిటీతో గెలిచి నైతికంగా ఓడినట్లయింది.

2004 సార్వత్రిక ఎన్నికల్లో కాంగ్రెస్‌తో ఎన్నికల ఒప్పందం చేసుకున్న టీ.ఆర్.ఎస 26 మంది ఎమ్మెల్యేలను 5గురు ఎంపీలను గెలిపించుకోగలిగారు. అనంతరం రాష్ట్ర కేంద్ర ప్రభుత్వాలలో అధికార కాంగ్రెస్‌తో భాగం పంచుకుంది. చివరికి తెలంగాణ ప్రజల ఉద్యమ ఒత్తిడితో ప్రభుత్వం నుండి వైదొలగింది. అయినప్పటికీ కాంగ్రెస్ పట్ల టీఆర్ఎస్‌కు నిజమైన వ్యతిరేకత ఏనాడూ ఆచరణలో కనిపించలేదు. కాంగ్రెస్ అధిష్టానం పట్ల, సోనియాగాంధీ నాయకత్వం పట్ల తనకు అపారమైన నమ్మకం ఉందని పదే పదే కేసిఆర్ ప్రకటించడం గమనించవలసిన విషయం.

ఓ వైపు ఇలా ప్రకటిస్తూనే తెలంగాణ ప్రజల జీవన్మరణ సమస్యలు పోలవరం ప్రాజెక్టు నిర్మాణం, పులిచింతల ప్రాజెక్టు నిర్మాణం, రింగురోడ్డు, ఉత్తర తెలంగాణాలో ఓపెన్‌కాస్ట్ మైనింగ్ తెలంగాణ ప్రాజెక్టుల పట్ల నిర్లక్ష్యం, వనరుల దోపిడి, సహజ సంపద తరలింపు, తెలంగాణలో కాలరాయబడుతున్న మానవ హక్కులు, పౌర ప్రజాస్వామిక హక్కులు మొదలైన విషయాల గురించి ఏనాడూ నోరువిప్పలేదు. తెలంగాణ రాష్ట్ర సాధనే అన్ని సమస్యలకు సర్వరోగ నివారణి అనే నినాదంతో ప్రజలను పదే పదే ఎన్నికలలో పరీక్షకు గురిచేశాడు.అందువలన 2006 ఉప ఎన్నికల నుండి 2008 ఉప ఎన్నికలు వచ్చే సరికి పరిస్థితి మారిపోయింది. ప్రజలలో ప్రభావం కోల్పోతూవచ్చిన టీఆర్ఎస్ 16మంది ఎమ్మెల్యేలు, నలుగురు ఎంపీల రాజీనామా ఉపఎన్నికల బరిలో నిలబడితే కేవలం 7మంది ఎమ్మెల్యేలు, ఇద్దరు ఎమ్‌పీలు అతి కష్టంగా విజయం సాధించారు

మరో వైపు వై.యస్.రాజశేఖర్ రెడ్డి ప్రతిపక్ష పార్టీలలోని ప్రజా ప్రతినిధులను కాంగ్రెస్‌లోకి లాగే ప్రయత్నంలో ఆపరేషన్ ఆకర్ష్ టీఆర్ఎస్‌ను కూడా తాకింది. అనేక మంది ఎమ్మెల్యేలు కాంగ్రెస్‌లో చేరిపోయారు.

కేసిఆర్ హెూల్‌సేల్‌గా మమ్ములను అమ్ముతున్నాడు. ఆయనేంది మాకు మేమే అమ్ముడు పోతామనికొందరు ఉద్యమానికి ద్రోహం చేయగా మరికొంత మంది పరోక్షంగా మద్దతు తెలిపారు.

సంవత్సరం	ఎన్నికలు	గెలిచిన స్థానాలు	పోటీచేసిన స్థానాలు	డిపాజిట్ దక్కని స్థానాలు
2004	అసెంబ్లీ	26	54	17(8)
2004	పార్లమెంట్	05	22(9)	17
2008	అసెంబ్లీ (బై)	07	16	2(10)
2008	పార్లమెంట్(బై)	02	04	00
2009	పార్లమెంట్	02	09	1(12)
2010	అసెంబ్లీ (బై)	11	11	
2011	అసెంబ్లీ (బై)	01	01	
2012	అసెంబ్లీ (బై)	04	05	
2012	అసెంబ్లీ (బై)	01	01	

2009 వరకు సమైక్యగానం వినిపించిన తెలుగుదేశం పార్టీతో టిఆర్ఎస్ తెలంగాణ ప్రజలను ఆశ్చర్యపరుస్తూ ఎన్నికల పొత్తు పెట్టుకున్నది. ఈ అవకాశవాద పొత్తులను తెలంగాణ సమాజం ఎంతగా చీత్కరించుకుందో ఎన్నికల ఫలితాలను బట్టి అర్థం చేసుకోవచ్చు. 45 అసెంబ్లీ, 9 పార్లమెంటు స్థానాలకు పోటీ చేసిన టిఆర్ఎస్ కేవలం 10 ఎమ్మెల్యేలు, 2ఎంపీ స్థానాలను మాత్రమే నిలబెట్టుకోగలిగింది. 13 స్థానాల్లో డిపాజిట్లు కూడా రాలేదు. వాస్తవంగా టీఆర్ఎస్ పార్టీని ఓడించడం ద్వారా తెలంగాణవాదం లేదని నిరూపించాలని సీమాంధ్ర పాలకవర్గం మొదటి నుండి గట్టిగా ప్రయత్నించింది. అయినప్పటికి టీఆర్ఎస్ ప్రజావ్యతిరేక ఉద్యమ వ్యతిరేక అంతర్గత ఎజెండా మూలంగా భారీ మూల్యం చెల్లించుకుంది.

ఉద్యమ పార్టీ అని కేసీఆర్ ఎన్నిసార్లు ప్రకటించినప్పటికి దాని

స్వభావం ఆచరణ ఎన్నికలకే పరిమితమైన రాజకీయ పార్టీగా తయారైంది. పార్లమెంటరీ రాజకీయ పార్టీలు పూర్తిగా ఎన్నికలపైనే ఆధారపడతాయనేది నిజం. ఒక వెలుగు వెలిగిన పార్టీ 2009 ఎన్నికల అనంతరం గ్రేటర్ హైదరాబాద్ మున్సిపల్ ఎన్నికల్లో నిలబడలేని స్థితి ఏర్పడింది. ఇటు తెలంగాణ ప్రజల్లోనూ విశ్వాసం కోల్పోయి. తెలంగాణ రాష్ట్ర ఏర్పాటుకు బద్ధ వ్యతిరేకిగా వున్న ముఖ్యమంత్రి వై.యస్ రాజశేఖర్‌రెడ్డి అకస్మాతుగా మరణించటంతో ఆంధ్రప్రదేశ్ రాజకీయ చిత్ర పటంలో అనేక మలుపులకు దారితీసింది. పార్టీ క్యాడర్‌లో నిరుత్సాహం ఏర్పడ్డ స్థితిలో రాష్ట్ర ప్రభుత్వం విడుదల చేసిన ఫ్రీజోన్ జీవో తెలంగాణ ఉద్యోగ, ఉపాధ్యాయ, విద్యార్థి మొదలైన అన్ని సెక్షన్స్‌ను కదిలించటానికి కారణమైంది. ఈ క్రమంలో ఫ్రీజోన్ వివాదం ముందుకు రావడంతో "హైదరాబాద్ ఫ్రీజోన్ కాదు, తెలంగాణలో అంతర్భాగం అనే నినాదంతో తెలంగాణ ఎన్‌జీవోలు ఉద్యమం ప్రారంభించారు. సిద్దిపేటలో జరిగిన తెలంగాణ నాన్‌గెజిటెడ్ ఉద్యోగుల సభా వేదికపై నుండి కేసిఆర్ ఆంధ్రావాలా భాగో - తెలంగాణవాలా జాగో" అంటూ పిలుపునిచ్చాడు. ఉద్యోగులు ప్రారంభించిన ఉద్యమం క్రమంగా వారి చేతుల నుండి రాజకీయ నాయకత్వం చేతుల్లోకి బదలాయించబడింది. ఆత్మ రక్షణ స్థితి నుండి ఎదురుదాడి చేయకపోతే తన స్వీయ అస్థిత్వం కనుమరుగైపోతుందని భావించిన కేసిఆర్ నవంబర్ 28న ఆమరణ నిరాహార దీక్ష కరీంనగర్‌లో చేపడుతున్నట్లు ప్రకటించాడు.

ఓయూ జేఏసి ఆవిర్భావం

2009 నవంబర్ నెలలో ఫ్రీజోన్ వివాదం తెలంగాణలోని వివిధ ప్రజాసంఘాలను వృత్తి సంఘాలను,ఉద్యమ సంఘాలను ఐక్యం చేసింది. తెలంగాణలోని భిన్నమైన, వివిధ సెక్షన్స్ కొంత మేరకు ఏకీకృతం అయినాయి. జేఏసిగా ఏర్పడ్డాయి. దీనికి ముందు తెలంగాణ ఐక్యకార్యాచరణ కమిటీ (జేఏసీ) 2006 జులై 16న 56 సంఘాలతో ఏర్పడి పనిచేస్తుంది. ఈ ఐక్య సంఘటన తెలంగాణలోని వివిధ సెక్షన ప్రజలను ఐక్యం చేస్తూ ప్రజల మౌళిక సమస్యల పరిష్కారంతో కూడిన ప్రజాస్వామిక తెలంగాణ కావాలన్న రాజకీయ అవగాహన కలది. ఉస్మానియా విశ్వవిద్యాలయంలోని విద్యార్థి సంఘాలకు, విద్యార్థులకు అనేక ఉద్యమాల్లో పాల్గొన్న అనుభవం, నాయకత్వం వహించిన చరిత్ర ఉన్నది. వివిధ సామాజిక, ఆర్థిక, రాజకీయ అంశాలపై ఆయా సందర్భాలలో ముందుకు వచ్చిన ప్రజాపోరాటాలకు మద్దతుగా నాయకత్వం వహిస్తూ ఐక్యసంఘటనగా ఏర్పడ్డ చరిత్ర కూడా ఇక్కడ విదార్థి సంఘాలకు ఉన్నది. మండల్ కమిషన్ సిఫార్సును అమలు చేయాలని కోరుతూ జరిగిన విద్యార్థి ఉద్యమంలో ప్రగతిశీల, ప్రజాస్వామ్య, విప్లవ విద్యారి సంఘాలు ఒక్క తాటి పైకి వచ్చి ఐక్య సంఘటనను నిర్మించాయి. క్యాపిటేషన ఫీజు రద్దు చేయాలని కోరుతూ ఏర్పడిన ఐక్యసంఘటనను కూడా రాష్ట్ర వ్యాప్తంగా

ఉద్యమం నడిపినప్పటికీ ఉస్మానియా విశ్వవిద్యాలయమే ప్రధాన కేంద్రంగా ఉంది. అనంతరం హిందుత్వ శక్తులకు వ్యతిరేకంగా వివిధ విద్యార్థి సంస్థలు సమన్వయం, సహకారంతో కొంత మేరకు పనిచేశాయి. కేవలం విద్యార్థుల ఆర్థిక, రాజకీయ, సామాజిక, సాంస్కృతిక అంశాల వరకే పరిమితం కాకుండా మొత్తం విశాల సమాజం ఎదుర్కొంటున్న అనేక సమస్యల పట్ల విద్యార్థి సంఘాలు సామాజిక, స్పృహతో వ్యవహరించాయి. అంతర్జాతీయ సామ్రాజ్యవాదం మూడో ప్రపంచ దేశాలపై కొనసాగిస్తున్న దోపిడి, దారుణ మారణకాండకు వ్యతిరేకంగా విదార్థి సంఘాల సంఘీభావ కమిటీ కూడా ఆయా సందర్భాలలో పనిచేసిన చరిత్ర ఉస్మానియాకు ఉన్నది. సిద్ధాంతాలు, భావజాలాలు భిన్నంగా ఉన్నప్పటికి గతకాలంలో ఐక్యసంఘటనల్లో కలిసి పనిచేసిన చరిత్ర విద్యార్థి సంఘాలకు ఉన్నది. కానీ 2009 నవంబర్‌లో తెలంగాణ రాష్ట్రసాధన కోసం ఏర్పడిన విద్యార్థి ఐక్యకార్యాచరణ కమిటి ఇందుకు భిన్నంగా కనిపిస్తుంది. కారణమేమిటంటే పరస్పర భిన్నమైన భావజాలం కలిగిన వ్యక్తులు, సంస్థలు కూడా ఉస్మానియా జేఏసిలో ముందుకువచ్చాయి. ఆమరణ దీక్షకు కొన్ని సంస్థలు మద్దతు ప్రకటించగా మరికొన్ని సంస్థలు దీక్ష కార్యక్రమంలో ప్రత్యక్షంగా పాల్గొంటామని పిలుపునిచ్చాయి. తెలంగాణ ప్రాంతం మొత్తం వేడెక్కింది. ఈ పరిస్థితుల్లో ఉస్మానియా కేంద్రంగా 10 విద్యార్థి సంఘాలు కలిసి ఏర్పరచిన ంతెలంగాణ స్టూడెంట్ జాయింట్ యాక్షన్ కమిటీ పురుడు పోసుకుంది.

1. తెలంగాణ రాష్ట్ర సమితి విద్యార్థి విభాగం (టిఆర్ఎస్‌వి)
2. తెలంగాణ విద్యార్థి వేదిక (టివివి)
3. ప్రోగ్రెసివ్ డెమొక్రటిక్ స్టూడెంట్స్ యూనియన్(పిడిఎస్‌యూ)
4. తెలంగాణ స్టూడెంట్స్ ఆర్గనైజేషన్ (టిఎస్ఓ)
5. ఎస్సీ, ఎస్టీ స్టూడెంట్స్ అసోసియేషన్
6. బహుజన స్టూడెంట్స్ ఫెడరేషన్ (బిఎస్ఎఫ్)
7. ఆల్ఇండియా స్టూడెంట్స్ ఫెడరేషన్ (ఎఐఎస్ఎఫ్)
8. మాదిగ స్టూడెంట్ ఫెడరేషన్ (ఎమ్ఎస్ఎఫ్)
9. చైతన్య మహిళా సంఘం (సిఎమ్ఎస్)
10. గిరిజన విద్యార్థి సంఘం (జివిఎస్)

విద్యార్థి సంఘాలు కలిసి జేఏసి (జాయింట్ యాక్షన్ కమిటి)గా నవంబర్ 15న ఏర్పడ్డాయి. తెలంగాణ రాష్ట్రం ఏర్పాటు చేయాలని 27వ తేదీ రాత్రి 2000 మంది ర్యాలీ నిర్వహించారు. తెలంగాణ ఉద్యమ చరిత్రలో విద్యార్థులు ప్రత్యేక

తెలంగాణ కోసం ఉస్మానియా విశ్వవిద్యాలయంలో ఇంత భారీ ప్రదర్శన నిర్వహించడం చరిత్రలో ఇదే మొదటి సారి.

అయితే ఇక్కడ విద్యార్థి జాయింట్ యాక్షన్ కమిటీలో చెప్పుకోదగ్గ మార్పు ఏమిటంటే తొలిదశ తెలంగాణ ఉద్యమంలో అఖిలభారత విద్యార్థి సమాఖ్య (ఏఐఎస్ఎఫ్) వంటి సంఘం తెలంగాణాకు సెఫ్ గార్డ్స్ ఇస్తే సరిపోతుంది తప్ప ప్రత్యేకంగా రాష్ట్రం ఏర్పాటు అవసరం లేదు అనే వైఖరిని తీసుకుంది. దాని ఫలితంగా అప్పటి విద్యార్థుల్లో రెండు వర్గాలుగా విడిపోయి నిజాం కాలేజీ వేదికగా వేరేవేరు ర్యాలీలు తీయడం, ఇరువర్గాల ఘర్షణలు జరగడానికి కారణం అయ్యింది. కానీ 2009 తెలంగాణ ఉద్యమంలో తమ వైఖరిని మార్చుకుని అఖిలభారత విద్యార్థి సమాఖ్య ప్రత్యేక తెలంగాణ ఏజెండాగా ముందుకు వచ్చింది. ఇది ఈ కాలంలో జరిగిన గుణాత్మక మార్పు.

అయితే కేసిఆర్ దీక్షకు మద్దతుగా జేఏసి ఏర్పడిందని మీడియా, మరియు ప్రభుత్వం చేస్తున్న వాదనలపై విద్యార్థి సంఘాలు స్పందిస్తూ "పార్లమెంట్‌లో బిల్లు పెట్టాలనే డిమాండ్‌తో మాత్రమే జేఏసీ ఏర్పడింది" అని స్పష్టంగా ప్రకటించారు. తెలంగాణ ఉద్యమంలో కనిపించే భిన్నత్వంలో ఏకత్వం ఇక్కడ ప్రతిబింబించింది. చివరికి ప్రదర్శన కోసం తయారుచేయబడిన బ్యానర్ కూడా తెలంగాణ రాష్ట్ర ఏర్పాటు బిల్లును పార్లమెంటులో పెట్టాలని డిమాండ్ చేశారే తప్ప కేసిఆర్ దీక్షకు మద్దతుగా కాదు. జేఏసీలో ఒక్క టీఆర్ఎస్వి మినహా ఏ ఒక్క విద్యార్థి సంఘం కూడా టీఆర్ఎస్ అవగాహనకు అనుకూలం కాదు. సామాజికంగా చూసిన, రాజకీయంగా చూసిన నిరంతరం టీఆర్ఎస్‌తో అప్పటి వరకు తీవ్ర వైరుధ్యాలు వీరికున్నాయి. ఉస్మానియా జేఏసీలోని తెలంగాణ విద్యార్థి వేదిక ఉద్యమాల ద్వారానే ప్రజాస్వామిక తెలంగాణ సాధ్యమని విశ్వసించేది. టీఆర్ఎస్వి మినహాయించి మిగతా విద్యార్థి సంఘాలు సైతం తెలంగాణ రాష్ట్ర సమితి సిద్ధాంత రాజకీయ అవగాహనను వ్యతిరేకించేవే. సామాజిక నేపథ్యం రీత్యా అగ్రకుల భూస్వామ్య వర్గ పార్టీగా టీఆర్ఎస్‌ను ఈ విద్యార్థి సంఘాలు చూశాయి.

'తెలంగాణ రాష్ట్రం ఏర్పడితే బడుగు, బలహీన వర్గాలకు, అణచి వేయబడుతున్న కులాలకు ప్రయోజనం దక్కాలని, మా పోరాటం అగ్రకులాలకు అధికారం అప్పగించేందుకు కాదు"అని అనేక మంది బహుజన దృక్పథం గల విద్యార్థులు పేర్కొన్నారు. అయినప్పటికీ తెలంగాణ ప్రాంతంపై గత ఐదు దశాబ్దాలుగా దోపిడి,

పీడన, అణిచివేత, పాలన, వివక్ష కొనసాగిస్తున్న సీమాంధ్ర వలసపాలకులకు వ్యతిరేకంగా తెలంగాణ ప్రాంతానికి చెందిన పాలకవర్గంతో సైతం సమస్య ప్రాతిపదికన ఐక్యం కావటానికి విద్యార్థి సంఘాలు సిద్ధపడ్డాయి.

తెలంగాణలోని వెలమ రెడ్డిల భూస్వామ్యంలో ప్రజలు ఎంతగా అణిచివేయబడ్డరో, పీడించబడ్డారో వీరికి బాగా తెలుసు. తెలంగాణ వెనకబాటు తనానికి తెలంగాణ ప్రాంతపు అగ్రకుల పాలకవర్గ దళారీతనం కూడా ప్రధానకారణాల్లో ఒకటని విద్యార్థి సంఘాలకు తెలుసు. సామ్రాజ్యవాదంతో కుమ్మక్కై తెలంగాణ ప్రజలను పీడిస్తున్న వలస దోపిడి, వివక్ష విద్యార్థులను అమితంగా కదిలించింది. ఈ జేఏసిలో జాతీయ పార్టీలకు అనుబంధ సంఘాలు కూడా ఉండడం విశేషం. భిన్నమైన సిద్ధాంతాలు, దృక్పథాలు కలిగి ఉండి కూడా ప్రత్యేక రాష్ట్రం కోసం ఐక్యం కావడం తెలంగాణ చరిత్రలో ఆంధ్ర మహాసభ తరువాత అవగాహనలో అంతటి బలమైన జేఏసీ ఇక్కడే కనిపిస్తుంది. అన్ని విద్యార్థి సంఘాలకు దాదాపుగా ప్రధాన నాయకత్వం ఉస్మానియా యూనివర్సిటీ కేంద్రంలోనే ఉండటం వల్ల జేఏసీ పిలుపులు నిర్ణయాత్మకం అయ్యాయి. నవంబర్ 28 ఉదయం 9 గంటలకు ఆ నాటకాలు పట్టించుకునే స్థితి, సమయం లేదు. కేసీఆర్ అరెస్టును ఖండిస్తూ ఉస్మానియా ఆర్ట్స్ కాలేజీ నుండి ఎన్‌సీసీ గేట్ వరకు భారీర్యాలీ నిర్వహించారు. ఈ సందర్భంగా విద్యార్థులకు పోలీసులకు తోపులాట, వాగ్వివాదం జరిగింది. విద్యార్థులు గేటు దాటి నగరంలోకి ప్రవేశించేందుకు గట్టిగా ప్రతిఘటించారు. అప్పటికే ఆర్ట్స్ కాలేజీ ప్రాంగణం నుండి ఎన్‌సీసీ గేటు, అలాగే ఉస్మానియా పోలీస్ స్టేషన్ దగ్గర పెద్ద ఎత్తున మోహరించివున్న పోలీసు బలగాలు విద్యార్థులపై కవ్వింపు చర్యలకు పాల్పడ్డాయి. పోలీసుల అమానుష ప్రవర్తనను దాడిని విద్యార్థులు తీవ్రంగా నిరసించారు. స్వయం ప్రతిపత్తి గల విశ్వవిద్యాలయంలోకి అనుమతి లేకుండా పోలీసులు ఎందుకు ప్రవేశించారని పోలీసు అధికారులను నిలదీశారు. "ఆంధ్రా పోలీస్" గోబ్యాక్, 'తెలంగాణ బిల్లును పార్లమెంటులో పెట్టాలి', విద్యార్థుల ఐక్యత వర్థిల్లాలి' అంటూ పెద్ద పెట్టున నినాదాలు మార్మోగాయి. ఈ సందర్భంగా విద్యార్థులపై డీసీపీ స్టీఫెన్ రవీంద్ర నాయకత్వంలో విచక్షణా రహితమైన లాఠీచార్జ్ జరిగింది. అనేక మంది విద్యార్థులు గాయపడ్డారు. ఈ వార్త టీవీలలో విస్తృతంగా ప్రచారం కావటం వల్ల తెలంగాణ పల్లెలను, పట్టణాలను తట్టిలేపింది.

తెలంగాణ ప్రాంతంలో పల్లెలు, పట్టణాలు అనే భేదం లేకుండా ఉస్మానియా

విశ్వవిద్యాలయంలో జరుగుతున్న పోలీసు నిర్బంధంపై గొంతు విప్పారు. విద్యార్థుల పోరాటాన్ని అనుసరిస్తూ రాష్ట్ర వ్యాప్తంగా అనేక జిల్లాలలో విద్యార్థులు రోడ్లపైకి వచ్చారు. ఉస్మానియా విద్యార్థులపై జరిగిన లాఠీచార్జిని ఖండిస్తూ కాకతీయ యూనివర్సిటీ సహ అనేక యూనివర్సిటీలు ఉద్యమంలో క్రియాశీల పాత్రవహించటం ప్రారంభించాయి.

మరోవైపు ప్రాథమిక దశలోనే ఉద్యమాన్ని అణచివేసేందుకు "యూనివర్సిటీలో మావోయిస్టులు ప్రవేశించారని, కొన్ని అసాంఘిక శక్తులు విద్యార్థులను రెచ్చగొడుతున్నాయని" పోలీసులు ప్రకటించారు. పోలీసుల ప్రచారాన్ని విద్యార్థినాయకులు తీవ్రంగా ఖండించినప్పటికీ ప్రభుత్వం ఒక అడుగు ముందుకేసి పోలీసుల చర్యలను సమర్థించింది. ఇదే సందర్భంగా కొన్ని పాత వైర్లు, కొన్ని నాటు బాంబులు యూనివర్సిటీలో దొరికాయని మరోసారి పోలీసులు ప్రకటించారు. పదే పదే జరుగుతున్న ఈ ప్రచారాన్ని విద్యార్థులతో పాటు తెలంగాణలోని అనేక సంస్థలు ఖండించాయి. అనేక చోట్ల లాఠీ చార్జీలు అయినాయి. శ్రీకాంతా చారి అనే యువకుడు ఎల్‌బినగర్ చౌరస్తాలో పెట్రోల్ పోసుకొని, నిప్పు పెట్టుకొని ఆసుపత్రిలో చావుతో పోరాడుతున్నాడు. ఈ వార్త దావానంలా తెలంగాణ అంతటా వ్యాపించింది. ఆత్మహత్య ఒక నిరసన రూపంగా ఉద్యమంలో ముందుకు రావటానికి నాందిగా మారింది శ్రీకాంతాచారి మరణమే అయినప్పటికీ నవంబర్ 29వ తేదీన కెసిఆర్ అరెస్టుకు నిరసనగా ఆయన మేనల్లుడు టీఆర్ఎస్ నాయకుడు తన్నీరు హరీష్‌రావ్ మీడియా ప్రత్యక్ష ప్రసారం సాక్షిగా శరీరంపై పెట్రోలు పోసుకుని తాను ఆత్మాహుతి చేసుకుంటున్నాని ప్రకటించడం అది తెలంగాణ కోసం అంటూ మీడియా ప్రచారం చేయడం ఆత్మహత్యల పరంపరకు మొదలు. ఉస్మానియా యుద్ధ భూమిగా మారింది. నగరం పోలీసు బూట్ల చప్పుల్లతో తెల్లవారింది. వివిధ రాజకీయ పక్షాలు విద్యార్థుల పోరాటానికి మద్దతుగా నిలిచాయి. ఇది విద్యార్థులకు మరింత శక్తినిచ్చింది. రాష్ట్రాన్ని సాధించేంతవరకు వెనుతిరగకుండా పోరాడుతామని విద్యార్థులు ప్రకటించారు.

ఉద్యమంలో కీలక మలుపు

నవంబర్ 30వ తేదీన సాయంత్రం ఆరు గంటల తరువాత కేసిఆర్ దీక్ష విరమిస్తూ, పండ్ల రసం తాగుతున్న వీడియోటేపు ప్రసారం అయ్యింది. దీనిపై ప్రజాగాయకుడు గద్దర్ స్పందిస్తూ "కేసిఆర్ ఉద్యమ ద్రోహి"[2] అని ప్రకటించాడు.

ఇదే సందర్భంగా ఓయూ జేఏసి నాయకుడు దరువు ఎల్లన్న మాట్లాడుతూ "ఇది సాధారణ సగటు తెలంగాణ వాదులకు ఆశ్చర్యం కలిగించే హఠాత్ పరిణామం వలే కనిపించవచ్చు. కానీ ఇది ముందే మాలాంటి వాళ్లం ఊహించాం. 2007 ఆగస్టులో జంతర్‌మంతర్ వద్ద ఢిల్లీలో 24 గంటలు కూడా పూర్తి చేయకుండానే దీక్ష విరమించిన చరిత్ర ఆయనది. ఈసారి 48 గంటలున్నారు. బూర్జువా నాయకులకు సరిపోయేంత మైలేజీ వచ్చిందనుకున్నారేమో, ఈ సారి వాణ్ణి వదిలేది లేదు, వాడు తెలంగాణ ద్రోహి, వాని దొరతనం తెలంగాణ పోరల శక్తి ముందు పనికి రాదు, వాని పాడే కడతాం తెలంగాణ ఉద్యమాన్ని ముందుకు తీసుకపోతాం, ప్రాణాలు పోయినా సరే, ఎన్ని నిర్బంధాలు ఎదురైనా, పోలీసు లాఠీలు, తూటాలు, ముండ్లకంచలు మమ్మల్ని ఆపలేవు"[3] అన్నారు. ఒక్కసారిగా మొత్తం తెలంగాణ ఉద్యమానికి ఉస్మానియా యూనివర్సిటీ కేంద్రం అయ్యింది.

తెలంగాణ ఉద్యమంలో నూతన అధ్యాయం ప్రారంభమైంది. యూనివర్సిటీ నుండి ఉద్యమం కాలేజీల్లోకి, పాఠశాల్లోకి పాకింది. ఉస్మానియా విద్యార్థుల పిలుపునందుకొని గ్రామ గ్రామాన పెద్ద ఎత్తున ఉద్యమంలో కదిలారు. బస్సులు నడవలేదు. ప్రభుత్వ కార్యాలయాలు దిగ్బంధనానికి గురైనాయి. ఈ క్రమంలో వెంటనే తెలంగాణ రాష్ట్రాన్ని కేంద్రం ప్రకటించాలనే డిమాండ్‌తో డిసెంబర్ 10, 2009న ఛలో అసెంబ్లీ నిర్వహిస్తున్నట్లు ఓయూ జేఏసి ప్రకటించింది. దీనితో ఒక్కసారిగా మొత్తం తెలంగాణలోని పల్లెలు, పట్టణాల్లో ఉద్యమ ఉధృతి పెరిగింది. విద్యార్థుల పిలుపుకు మద్దతుగా అన్ని వర్గాల ప్రజలు తమ సంఘీభావాన్ని ప్రకటించారు. ఉస్మానియా యూనివర్సిటీ ఆర్ట్స్ కాలేజీ ముందు విద్యార్థులు నిరాహార దీక్షలు ప్రారంభించారు. టెంట్ కింద వేల మంది విద్యార్థులు నిత్యం సమావేశం కావడం వారి పోరాటానికి సంఘీభావం తెలుపుతూ సీనియర్ ఉద్యమకారులు పుర ప్రముఖులు, వివిధ సంస్థలు పోటెత్తినాయి. ఆర్ట్స్ కాలేజీ ముందు టెంట్‌ను తొలగించడమే ఒక దశలో పోలీసు కార్యక్రమంగా మారింది. అంటే టెంట్ ఉద్యమ కార్యక్రమాలకు కేంద్ర బిందువైంది. టీఆర్ఎస్ సహా, టీడీపీ, కాంగ్రెస్, బీజేపీ లాంటి పార్టీలు సైతం అనివార్యంగా విద్యార్థుల పిలుపు కాదనలేని స్థితి ఏర్పడింది. విద్యార్థుల ఒత్తిడితో మరోవైపు హాస్పిటల్‌లో కేసీఆర్ ఆమరణ దీక్ష కొనసాగిస్తున్నట్లు

---

2. గద్దర్, ఆంధ్రజ్యోతి, 31 నవంబర్, 2009.

3. టీవీ 9, ఎన్‌టీవీ ఇంటర్వ్యూ, 2009

ప్రకటించినాడు. ఆరోగ్య పరిస్థితి విషమించిన కారణగా బ్రతికే పరిస్థితి లేదు. అప్పటికే ఖమ్మం ఆసుపత్రి నుండి నిమ్స్ హైదరాబాద్‌కు కేసిఆర్‌ని తీసుకరావడం వల్ల నిమ్స్ ఆసుపత్రి వద్ద భారీ బందోబస్తు ఏర్పాటైంది. ఈ పరిస్థితుల్లో అనేక మంది ప్రధాన రాజకీయ నాయకులు ఆసుపత్రి కేంద్రంగా ఉన్నారే తప్పా ఉద్యమంలో వారి కార్యాచరణ శూన్యం. ఉస్మానియా ఆర్ట్స్ కళాశాల ముందు నిర్మించబడిన విద్యార్థుల దీక్షా శిబిరాన్ని, టెంట్‌ను తొలగింపజేయటం కోసం ప్రభుత్వమే కాకుండా టీఆర్ఎస్ పార్టీ సైతం ప్రయత్నించాయి. విద్యార్థుల తీవ్ర పోరాటం ఇదే స్థాయిలో కొనసాగితే, కేంద్రం దిగిరాకపోతే కేసీఆర్ ప్రాణాలకు ముప్పు ఏర్పడుతుందనే పాలకవర్గాలు కలవరం చెందాయి. ఈ క్రమంలో టీఆర్ఎస్ అనుబంధ విద్యార్థి సంఘం సైతం విద్యార్థి జేఏసీ తీసుకున్న టీఆర్ఎస్ వ్యతిరేక వైఖరి, పోరాట కార్యక్రమాలను తిరస్కరించలేక విద్యార్థి జేఏసీలో భాగంగా కొనసాగడం విశేషం. ఇది పాలకపార్టీలపై, వాటి అనుబంధ విద్యార్థి సంఘాలపై ఉద్యమ ఒత్తిడిని, తీవ్రతను సూచిస్తుంది.

డిసెంబర్ 7, 2009 నాటికి ఉస్మానియాతో పాటు తెలంగాణ విశ్వవిద్యాలయాలు, హైదరాబాద్‌లోని నిజాం కాలేజీ, సికింద్రాబాద్ పీజీకాలేజ్, సిటికాలేజ్, సైఫాబాద్ పీజీకాలేజ్ ఇంకా రాష్ట్ర వ్యాప్తంగా ఉన్న కళాశాలలు పోలీసుల వలయంలో దిగ్బంధమయ్యాయి. ముళ్ళ కంచెలతో దిగ్బంధించబడ్డాయి. ఉస్మానియా మరియు హైదరాబాద్ నగరంలోని వివిధ కళాశాలల విద్యార్థులు వందలాదిగా తరలి పంజాగుట్ట పరిసర ప్రాంతాలలోని షాపింగ్ క్లాంప్లెక్స్‌లపై పెద్ద ఎత్తున దాడులు చేశారు. ఇది ఒక పథకం ప్రకారం జరిగిందనేది వాస్తవం. విద్యార్థి ఉద్యమాన్ని చల్లార్చడానికి ప్రభుత్వం అనుసరించిన ప్రతి పద్దతి తెలంగాణ విద్యార్థులో కోపాన్ని పెంచుతూనే ఉంది. విద్యార్థులపై పోలీసుల దాడులను నిరసిస్తూ న్యాయవాదులు ప్రత్యక్షంగా ఉస్మానియా గేట్లు విరగొట్టుకొని యూనివర్సిటిలో ప్రవేశించారు. దీనితో పోలీసు వలయంలో నిర్బంధించబడ్డ యూనివర్సిటీ విద్యార్థులు ఇక వెనుదిరిగి చూడలేదు. సమాజం నుండి రోజురోజుకు విద్యార్థులకు పెరుగుతున్న మద్దతుతో వారు ప్రాణాలను సైతం లెక్క పెట్టరనేది ప్రభుత్వానికి అర్థం అయ్యింది. ప్రభుత్వం 64 ఔట్‌పోస్ట్‌లు ఏర్పాటు చేసి హైదరాబాద్ రాకపోకలు బంద్ చేయించింది. విద్యార్థుల తల్లిదండ్రులను తమ పిల్లలను విశ్వవిద్యాలయాల నుండి తీసుకెళ్లాలని ఉద్యమంలో పాల్గొనకుండా చూడాలని ప్రకటించింది. అయినా ఈ చర్యలేవి"అసెంబ్లీ ముట్టడిని" ఆపు చేయలేని పరిస్థితులు ఏర్పడ్డాయి. "వేల మంది మరణించినా

ఇక ప్రజలను ముఖ్యంగా విద్యార్థులను ప్రత్యేక రాష్ట్ర ప్రకటన రాకుండా ఆపలేరు." అని డిసెంబర్ 7న విద్యార్థులు ప్రకటించారు. వందల మందిని అరెస్ట్ చేసి జైళ్లలో నిర్బంధించారు. వేలాది కేసులు నమోదయ్యాయి. లాఠీచార్జ్‌లు, బాష్పవాయు గోళాలు సాధారణమైనాయి. ఎంతటి పరిస్థితినైన ఎదుర్కోవడానికి సిద్ధంగా ఉన్నామని పోలీసులు పదే పదే ప్రకటించారు. రాష్ట్రమంతా అట్టుడికి పోతున్న సమయంలో కేంద్ర ప్రభుత్వ ప్రకటన వెలువడింది.

చివరికి 2009 డిసెంబర్ 9న రాత్రి 11గం॥లకు కేంద్ర హోంమంత్రి పి.చిదంబరం తెలంగాణ రాష్ట్ర ఏర్పాటుపై ప్రకటన చేస్తూ "తెలంగాణ రాష్ట్ర ఏర్పాటు ప్రక్రియ ప్రారంభం అయింది. ఆంధ్రప్రదేశ్ శాసనసభలో ఇందుకు తగిన తీర్మాణం ప్రవేశపెడతాం. ఉద్యమంలో పాల్గొన్న నేతలు, విద్యార్థులపై నమోదైన కేసులను ఉపసంహరించుకోవాల్సిందిగా ముఖ్యమంత్రికి చెప్పాం. కేసీఆర్ ఆరోగ్య పరిస్థితిపై తీవ్ర ఆందోళనతో ఉన్నాం. నిరాహారదీక్షను విరమించుకోవాల్సిందిగా ఆయన్ను కోరుతున్నాం. ఆందోళనలను విరమించుకోవాల్సిందిగా ఇతరులను ముఖ్యంగా విద్యార్థులను కోరుతున్నాం"[4] అన్నారు. దీంతో ఛలో అసెంబ్లీ కార్యక్రమాన్ని విద్యార్థులు విరమించుకున్నారు. చిదంబరం ప్రకటన అమలు జరిగేంత వరకు పోరాటాన్ని అదే స్థాయిలో సాగించాలని కొన్ని ఉద్యమ సంస్థలు సూచించాయి. చిదంబరం ప్రకటన అంత:సారంలో తెలంగాణ సాధనను ఏదో ఒక విధంగా వాయిదా వేయాలనే ఉద్దేశ్యం కలిగి ఉంది. కనుకనే అవసరంలేని అసెంబ్లీ తీర్మాణ ప్రస్థావనను తీసుకరావడం జరిగింది. దీనిని తెలంగాణ విద్యార్థి జేఏసి పసిగట్టలేకపోయింది. చరిత్రలో చిన్న,చిన్న పొరపాట్లు, అవగాహన లోపాలు ఎంత పెద్ద భారీ నష్టాలకు దారితీయగలవోనని అర్థం చేసుకోవటానికి ఈ సందర్భం ఉదాహరణగా మిగిలిపోతుంది. ముఖ్యంగా పార్లమెంట్‌లో బిల్లు ప్రవేశపెట్టడానికి ఆంధ్రప్రదేశ్ అసెంబ్లీలో తీర్మానం ఎందుకని రాజ్యాంగ నిపుణులు ప్రశ్నించారు. ఈ ప్రకటనలోని అస్పష్టత ఇలా ఉన్నా రాష్ట్ర ఏర్పాటు ప్రకటన తెలంగాణ ప్రజల్లో అంతులేని ఆనందాన్ని కలిగించింది. విద్యార్థులు ప్రతిష్ట ఆకాశాన్నంటింది. విద్యార్థుల త్యాగాలను పొగుడుతూ గ్రామగ్రామాన ప్రజలు వారికి నీరాజనాలు పలికారు.

---

4. పి. చిదంబరం, డక్కన్ క్రానికల్, 24 డిసెంబర్, 2009.

ఆంధ్రా వర్సెస్ తెలంగాణ విద్యార్థులు

డిసెంబర్ 7,2009 ముఖ్యమంత్రి కొణిజేటి రోషయ్య అధ్యక్షతన జరిగిన అఖిల పక్ష సమావేశంలో సీపీఎం మినహా అన్ని పార్టీలు తెలంగాణ ఏర్పాటుకు అంగీకరించాయి.డిసెంబర్ 9, 2009న కేంద్ర ప్రకటనతో ఒక్కసారిగా రాజకీయ పార్టీలు అఖిల పక్షంలో చెప్పిన అభిప్రాయాలకు పూర్తి భిన్నంగా వ్యవహరించాయి. తెలుగుదేశం అధ్యక్షుడు చంద్రబాబు, ప్రజారాజ్యం అధ్యక్షుడు చిరంజీవి, కాంగ్రెస్ పార్టీ సహా మొత్తం పార్టీలు ఆంధ్రా, తెలంగాణ ప్రాంతాల వారిగా చీలినాయి. అర్థరాత్రి వెంటనే ఎంపీలు, ఎమ్మెల్యేలందరూ రాజీనామా చేశారు. సీమాంధ్ర పెట్టుబడిదారులు కేంద్రంతోని బలమైన చర్చలు సాగించే ప్రయత్నం చేశారు. ఈ క్రమంలో సమైక్యాంధ్ర జేఏసీ డిసెంబర్ 10న ఏర్పాటు జరిగింది. రూపంలో స్వతంత్ర రాజకీయ అవగాహనతో సమైక్యాంధ్ర లక్ష్యంతో ఏర్పడ్డట్లు కనిపించినా ఈ ఐక్య సంఘటనను ప్రధానంగా తెలుగు దేశం, కాంగ్రెస్, భారతీయ జనతా పార్టీ, లోక్‌సత్తా లాంటి రాజకీయ పక్షాలు ప్రత్యక్షంగా, పరోక్షంగా నిర్మించాయి. తెలంగాణలో పార్టీ దెబ్బతింటుందనే ఆలోచనతో తెలుగు దేశం పార్టీ తెరవెనుక రాజీనామాల పర్వం కొనసాగింపజేసిందని తరువాత వెల్లడైంది.

వీరు రాష్ట్రాన్ని సమైక్యంగా ఉంచడం కోసం "తమ ప్రాణాలు పోయినా సరే పోరాడుతామని కేంద్ర ప్రభుత్వం తెలంగాణ రాష్ట్ర ఏర్పాటుకై చేసిన ప్రకటనలను వెంటనే వెనక్కు తీసుకోవాలని" డిమాండ్ చేశారు. తెలంగాణతో పోల్చితే విద్యార్థుల భాగస్వామ్యం, పోరాటశక్తి సమైక్యాంధ్ర నినాదం పట్ల చాలా పరిమితం అయిందనేది స్పష్టమే అయినప్పటికీ పత్రికలో మీడియాల్లో ఆ వార్తలు పతాక శీర్షికలుగా ప్రచురించబడ్డాయి. సీమాంధ్రలోని విద్యార్థులు తెర వెనుక రాజకీయాలు అర్థం చేసుకోలేని స్థితిలో సమైక్యాంధ్ర వాదనలో కొట్టుకుపోయారు. సీమాంధ్ర విద్యార్థి సంఘాలు సాధారణ విద్యార్థులోని మనోభావాలను వారి కార్యాచరణను అర్థం చేసుకుంటే తెలంగాణ విద్యార్థి ఉద్యమం పట్ల సానుభూతి, సంఘీభావం అర్థమైతాయి.

శ్రీవెంకటేశ్వర యూనివర్సిటీ, ఆంధ్రా యూనివర్సిటీ,యోగివేమన యూనివర్సిటీ మొదలైన యూనివర్సిటీల నుండి అనేక మంది విద్యార్థులు, విద్యార్థి నాయకులు తెలంగాణ ఉద్యమంలో ప్రత్యక్షంగా పాల్గొన్నారు. ఉస్మానియాలో చదువుతున్న ఆంధ్ర ప్రాంత శ్రీకాకుళం జిల్లాకు చెందిన బి.నిర్మల (ఎంఏ పొలిటికల్ సైన్స్) తెలంగాణ ఉద్యమంపై తన అభిప్రాయాన్ని మాట్లాడుతూ "నేను 2008

వరకు తెలంగాణలోనే ఉన్నాను. కానీ, తెలంగాణ గురించి ఏనాడు ఆలోచించలేదు. ఒకప్పుడు తెలంగాణ ఉద్యమం భయంకరంగా జరిగిందని విన్నాను. అందులో ఆంధ్రులను తరిమికొట్టారని విన్నాను. చాలా బాధనిపించింది. కానీ ఆ ఉద్యమం ఎందుకు జరిగింది? అని ఏనాడూ ఎవ్వరినీ అడగలేదు. తెలుసుకోవాలనే ఆసక్తి కూడా లేదు. కాలేజీకి వెళ్ళిన మొదటి రోజు నుండి పీజీ పూర్తయ్యేవరకు చాలా సార్లు బాయ్‌కాట్ బాయ్‌కాట్ అనే మాట వినిపించేది. దాంతో ఇంకా విసుక్కున్నాను 22 డిసెంబర్ 2009న జరిగిన అవగాహన సదస్సు మూలంగా తెలంగాణ గురించి అర్థమైంది. ఆ రోజు నాకు పునర్జన్మగా భావిస్తాను. ఆ రోజు నా పుట్టినరోజు అవడం వల్ల మరొక జన్మగా భావిస్తున్నాను. తెలంగాణ జ్ఞానంతో కూడిన ఈ జన్మ పోరాటంలో ముందుకు నడిపింది. డిసెంబర్ 23 నుండి 26 వరకు చాలా ఉత్సాహంతో హుషారుగా ఆవేదనతో తెలంగాణ ఉద్యమంలో పాల్గొన్నాను"[5] అని చెప్పింది. ఇందుకు ఉదాహరణగా చలో అసెంబ్లీ, 2011 జనవరి నెలలో తలపెట్టిన చలో ఢిల్లీ కార్యక్రమాలు గమనించవచ్చు. తెలంగాణ ఏర్పడితే తమ భవిష్యత్ దెబ్బ తింటుందనే ప్రచారానికి ఆంధ్రా ప్రజలు కొంతవరకు లోనయ్యారు. "ఆంధ్రా అగ్రకుల సంపన్న వర్గం తమ ప్రయోజనాల కోసం చేస్తున్న రాజకీయాలే సమైక్యాంధ్ర ఉద్యమం" అని, జై ఆంధ్రా మహాసభ కన్వీనర్ ఉ. సాంబశివరావు అన్నారు. అగ్రకుల సీమాంధ్ర ఆధిపత్య శక్తుల నాయకత్వంలో సాగుతున్న కృత్రిమమైన విభజన వ్యతిరేకమైన ఉద్యమాన్ని చూసి కేంద్రం ప్రకటనను వెనక్కు తీసుకోవద్దని సీమాంధ్ర ప్రాంతానికి చెందిన దళిత, బహుజన, విప్లవ సంఘాలు కోరాయి. ఆంధ్రా పెట్టుబడిదారులకు వ్యతిరేకంగా తెలంగాణ ప్రాంతంలో ప్రజలు పోరాడుతున్నారని ఈ సంస్థలు అభిప్రాయపడ్డాయి. అగ్రకుల సీమాంధ్ర దోపిడి వర్గాలకు అశేష తెలంగాణ ప్రజానీకానికి మధ్య తలెత్తిన వైరుధ్యంగా తెలంగాణ ఉద్యమాన్ని వారు చూశారు. తెలంగాణకు అడ్డుపడుతున్న దోపిడి వర్గాలు కేవలం తెలంగాణ ప్రజలకు మాత్రమే ప్రతిబంధకం కాదని వారు రాయలసీమ, ఉత్తరాంధ్ర ప్రజలకు కూడా శత్రువులేనని ప్రకటించారు. రెండు ప్రాంతాల్లో పోటాపోటీగా విద్యార్థి ఉద్యమం జరుగుతున్నట్లు మీడియా విస్తృత ప్రచారం గావించింది. తెలంగాణ విద్యార్థి ఉద్యమానికి వ్యతిరేకంగా ఆంధ్రా యూనివర్సిటీ. వెంకటేశ్వర, యోగివేమన

---

5. ప్రస్తుత తెలంగాణ ఉద్యమం – మహిళల పాత్ర. విద్యార్థినుల అభిప్రాయాలు (హైదరాబాద్, మహిళామార్గం ప్రచురణలు, మార్చ్ 2010)

యూనివర్సిటీల్లోని రాజకీయ పార్టీల అనుబంధ విద్యార్థులను ఉద్యమంలోకి దించారు.

డిసెంబర్ 23 కేంద్ర ప్రభుత్వ ప్రకటన - రాజకీయ జేఏసీ పుట్టుక - నూతన రాజకీయ సమీకరణలు ప్రారంభం

సీమాంధ్ర సంపన్న వర్గం పలుకుబడికి తలొగ్గిన కేంద్ర కాంగ్రెస్ ప్రభుత్వం డిసెంబర్ 23, 2009న "విస్తృత స్థాయి అభిప్రాయ సేకరణ" అవసరమున్నది. రెండు ప్రాంతాల్లోని ప్రజలు శాంతించాలని ప్రకటించింది. ప్రజల ఆగ్రహానికి బెంబేలెత్తిన కాంగ్రెస్ పార్టీ కేంద్ర హోంమంత్రి చిదంబరంతో డిసెంబర్ 9న తెలంగాణ రాష్ట్ర ఏర్పాటు ప్రక్రియ ప్రారంభమౌతుందని ప్రకటన చేయించింది. దీంతో బెంబేలెత్తిన ఆంధ్ర ప్రాంత పెట్టుబడిదారుల, సంపన్న వర్గాల ఒత్తిడికి తలొగ్గి 23న మరలా చిదంబరం పూర్తిగా భిన్నమైన ప్రకటనను చేశాడు. సంప్రదింపుల పేరుతో ఢిల్లీకి పిలిచి మళ్ళీ మళ్ళీ సాగదీసి చరిత్రను పునరావృతం చేస్తున్నారు. సమస్యను కోల్డ్ స్టోరేజీలోకి చేరుస్తున్నారు."[6] ఈ సంతోషం 24 గంటలు గడవకముందే కోస్తాంధ్ర లోని దోపిడివర్గం ఒక్కటై రాజీనామాల పాచికతో ఒక వైపు కృత్రిమ ఆందోళలను సృష్టించి, మరోవైపు ఢిల్లీలో నోట్ల కట్టలతో లాబీయింగ్ జరిపి డిసెంబర్ 23న తెలంగాణ వ్యతిరేక ప్రకటనకు కారకులయ్యారు. డిసెంబర్ 7న అఖిలపక్షం సమావేశంలో తెలంగాణకు తమ అనుకూల నిర్ణయాన్ని తెలియజేసిన తెలుగుదేశం, కాంగ్రెస్, ప్రజారాజ్యం పార్టీలు ప్లేటు పిరాయించి ఇది అర్థరాత్రి తీసుకున్న నిర్ణయమని తమ అభిప్రాయాలను గౌరవించలేదంటు ఆచరణకు వచ్చేసరికి వాళ్ళ సమైఖ్యాంధ్ర నిజ స్వరూపాన్ని బట్టబయలు చేసుకున్నారు. ఇది ఇలా ఉండగా ఒక్కసారి కేంద్రం ప్రకటన చేశాక తిరిగి వెనక్కి తీసుకోదనే అతివిశ్వాసంతో సీమాంధ్ర ఆందోళలనకు ధీటుగా పార్లమెంటులో బిల్లుకై తెలంగాణ ఉద్యమానికి దిగకపోవడం వలన ఘన మోసాల చరిత్రకలిగిన కాంగ్రెస్‌ను గుడ్డిగా నమ్మడం వలన విస్తృత స్థాయి ఏకాభిప్రాయం కావాలనే దుర్మార్గ ప్రకటనకు దారి తీసింది.[7]

భారత పార్లమెంటరీ చరిత్రలో ఇంత ప్రజావ్యతిరేకమైన చర్య మరొకటి వుండదని ప్రజలు భావించారు. తెలంగాణ ప్రకటనను వెనక్కి తీసుకోవడంతో

6. సీపీఐ (మావోయిస్ట్) సీఆర్‌బీ కార్యదర్శి ఇంటర్వ్యూ, ఆంధ్రజ్యోతి, 1 జనవరి 2010

7. ఓయూ జేఏసీ, టీఎస్ జాక్ అంగీకరించిన భవిష్యత్ కార్యాచరణ, 16 మార్చ్ 2010, హైదరాబాద్.

ఒక్కసారిగా తెలంగాణ ప్రాంతం అగ్ని గుండంలా మారింది. బంద్‌లు, రాస్తా రోకోలు, ర్యాలీలు నిరసనలతో విశ్వవిద్యాలయాలు, విద్యా సంస్థలు దద్దరిల్లాయి. విద్యార్థులు పోలీసులతోని ముఖాముఖి తలపడ్డారు.

ఉస్మానియా విద్యార్థుల స్ఫూర్తిలో గ్రామ గ్రామాన, వాడ వాడలా కులాలు, మతాలు, వృత్తుల వారీగా జేఏసిలు ఆవిర్భవించాయి. జేఏసీల నాయకత్వంలో టెంట్స్ వెలిశాయి. వేలాదిగా నిరహార దీక్షా శిబిరాలు నిర్వహించబడ్డాయి. డిసెంబర్ 9 తరువాత అనేక సంస్థలు తెలంగాణ, ఆంధ్రగా చీలిపోయాయి. ఆంధ్రప్రదేశ్ స్థానంలో తెలంగాణ పేర్లు రాయబడ్డాయి. ఇంతటి స్ఫూర్తి నిచ్చింది ఉస్మానియా విద్యార్థి జేఏసి మాత్రమే. ఇది మహోజ్వల పోరాట చరిత్రకు సాక్ష్యంగా నిలిచింది. వేలాదిగా ఏర్పడిన జేఏసీలు ఉస్మానియా జేఏసి స్ఫూర్తిగా పనిచేస్తుంటే డిసెంబర్ 25న ఏర్పడిన రాజకీయ జేఏసి స్వభావం మాత్రం ఇందుకు విరుద్ధంగా ఉందని, దాని పుట్టుకతోనే అర్థం అవుతుంది. ఓయూ జేఏసి ప్రాబల్యాన్ని, ప్రతిష్టను తగ్గించకుంటే తెలంగాణ ప్రాంతంలో తమకు మనుగడ సాధ్యం కాదని టీఆర్ఎస్ సహా అన్ని రాజకీయ పార్టీలు భావించాయి. టీఆర్ఎస్, కాంగ్రెస్, టి.డి.పి, బీజేపీ నాయకులను తెలంగాణ ప్రాంతీయ భూస్వామ్య దళారీ పాలకుల ప్రతినిధులుగానే ప్రజలు చూస్తునారు. అంతేకాకుండా ఈ పాలకవర్గం తెలంగాణలో రైతాంగ సాయుధ పోరాటాల మూలంగా అనేక రూపాలు మార్చుకొని నేడు పార్టీల రూపంలో ఉన్నదే. ఈ వైరుధ్యం మూలంగా తెలంగాణ సాయుధ పోరాట కాలంలో జగిత్యాల, సిరిసిల్ల, ఆదిలాబాద్, కరీంనగర్, రైతాంగ పోరాటాల కాలంలో మొత్తంగా తెలంగాణ వ్యాప్తంగా విస్తరించిన నక్సల్బరీ ప్రభావం వల్ల పదునెక్కింది. ప్రస్తుత రాజకీయ వ్యవస్థ స్వభావానికి భిన్నంగా ఉద్యమ పంథాలో ఓయూ జేఏసి దూసుకుపోతే గ్రామాల్లో తమ పట్టు నిలవదని ప్రజాప్రతినిధులు ఏకగ్రీవ అంగీకారానికి వచ్చారు. అప్పటి వరకు ఓయూ జేఏసి పిలుపును అనుసరించి పని చేసిన తెలంగాణ ఎమ్మెల్యేలు,ఎంపీలు ప్రజల్లో తెలంగాణ ద్రోహులుగా ముద్ర పడి తప్పించుకొని తిరుగుతున్నవారూ అందరూ తమ రక్షణ కవచంగా పొలిటికల్ జేఏసి అనే గొడుగు క్రింద మమేకమయ్యారు.

రాజకీయ పార్టీల చేతి నుండి పూర్తిస్థాయిలో ప్రజల చేతుల్లోకి వెళ్ళిన ఉద్యమాన్ని తిరిగి తమ చేతుల్లోకి తీసుకోవడం కోసమై రాజకీయ జేఏసీ ఏర్పడింది. రాజకీయ జేఏసీ లక్ష్యాలు బయటకు వ్యక్తం చేయకపోయినా అత్యంత స్పష్టంగా వున్నాయి.

1.తెలంగాణ ఉద్యమాన్ని ప్రజల చేతి నుండి తమ చేతుల్లోకి తీసుకోవడం,

2.మేము తెలంగాణ కోసమేనన్న భ్రమను ప్రజల్లో కల్పించి, తద్వారా వారి ఆర్థిక, రాజకీయ ప్రయోజనాలను నెరవేర్చుకోవడం.

3.తెలంగాణలో నిజమైన ఉద్యమకారుల చేతుల్లోకి ఉద్యమం వెళ్ళకుండా అడ్డుకోవడం.

4. రాజకీయ సంక్షోభం నుండి బయటపడడం చేశారు.

5.పోరాటం ద్వారానే తెలంగాణ వస్తుందని, లాబీయింగ్ ద్వారా రాదని నిరూపించిన ప్రజలు ఉద్యమానికి సిద్ధమై, రోడ్డు రోకో, రైల్‌రోకో, బంద్‌లు పాదయాత్రలు, నిరాహార దీక్షలతో ప్రజలు కొనసాగిస్తున్న తెలంగాణ ఉద్యమాన్ని పతంగులు, వంటావార్పు, మానవహారాలు, ముగ్గులు, గర్జనలు, పొలికేకలు, ధూంధాంలంటూ పొలిటికల్ జేఏసీ తీసుకున్న నిర్ణయం వల్ల వాస్తవ కార్యాచరణలో ఉద్యమం నీరుగారిపోవడానికి దారితీసింది."[8]

ఓయూ జేఏసి ప్రాభల్యాన్ని దెబ్బతీసి ఉద్యమానికి దిశా నిర్ధేశం చేసే స్థానంలోకి రావడం ద్వారా తెలంగాణ రాజకీయ పక్షాల లక్ష్యం నెరవేర్చుడం, తద్వారా దోపిడి శక్తుల యొక్క ప్రయోజనాలు కాపాడటం పొలిటికల్ జేఏసి రాజకీయ రహస్య ఎజెండా అనే విషయం అనేక సందర్భాల్లో ప్రస్ఫుటంగా కనిపిస్తుంది. ముఖ్యంగా డిసెంబర్ 24, 25 బంద్‌ను టీఆర్ఎస్, జేఏసి క్రిస్మస్ పేరుతో ఓయూ జేఏసి నిర్ణయానికి వ్యతిరేకంగా సడలించడంతో ఇది ప్రారంభం అవుతుంది. ఓయూ జేఏసీ 48గంటలకు తెలంగాణ బంద్‌కు పిలుపునిస్తే రాజకీయ పక్షాలు, రాజకీయ జేఏసి విద్యార్థుల బంద్‌ను కుదించడానికి, మార్చడానికి ఆధిపత్య రాజకీయాల సంస్కృతే కారణం. తెలంగాణ ఉద్యమాన్ని మలుపు తిప్పి ఉద్యమానికి దశ-దిశను నిర్ధేశిస్తున్న ఉస్మానియా విశ్వ విద్యాలయ ఐక్య కార్యాచరణ కమిటీ ప్రాభల్యాన్ని దానికి గల ప్రతిష్టన ఒక పథకం ప్రకారం రాజకీయ పార్టీలు రాజకీయ జేఏసీ గొడుగు క్రింద దెబ్బతిసినట్లు స్పష్టంగా అర్థమవుతుంది. డిసెంబర్ 23 చిదంబరం ప్రకటన అనంతరం ఉద్యమాన్ని తామే నిర్వహిస్తామని ముందుకు వచ్చిన రాజకీయ పార్టీలు ముఖ్యంగా తెలంగాణకు చెందిన శాసన సభ్యులు రాజకీయ జేఏసిని

---

8. ఓయూ జేఏసీ, టీఎస్ జాక్ అంగీకరించిన భవిష్యత్ కార్యాచరణ, 16 మార్చ్ 2010, హైదరాబాద్.

రక్షణ కవాటంగా వాడుకున్నారు. ఈ క్రమంలో విద్యార్థి జేఏసీ ప్రతిష్ట, ఉద్యమంపై గల పట్టు తగ్గిపోవడం ప్రారంభమైంది. ఇదే క్రమంలో రాజకీయ జేఏసీ పట్టు పెరగటం ప్రారంభమైంది. అప్పటకి అస్తిత్వంలో ఉన్న ఆధిపత్య రాజకీయాలు పునర్ వ్యవస్థీకరణ చెందడానికి రాజకీయ జేఏసీని ఉపయోగించుకొని స్వతంత్ర విద్యార్థి రాజకీయాలను బలహీన పర్చడంలో, అణగదొక్కడంలో తెలంగాణ ప్రాంతీయ సంపన్న వర్గం, సీమాంధ్ర పాలకవర్గం విజయం సాధించింది. వాస్తవంగా విద్యార్థి రాజకీయ కార్యాచరణ సీమాంధ్ర పెట్టుబడిదారీ వర్గానికే కాకుండా తెలంగాణ ప్రాంతంలోని రాజకీయ నాయకత్వానికి కూడా కంటగింపైంది.

తెలంగాణ ప్రజలు గడప గడపకు ఓయూ జేఏసీ పిలుపును ఒక బాధ్యతగా హృదయ పూర్వకంగా ఆహ్వానించారు. మరొక వైపున సమైక్యాంధ్ర విద్యార్థి జేఏసీ నాయకత్వంలో కార్యక్రమాలు ప్రారంభమయ్యాయి. తెలంగాణలోని ప్రజాప్రతినిధులు ఆయా పదవులకు రాజీనామా చేస్తే తప్ప ఇంటి నుండి బయటకు అడుగు పెట్టలేని పరిస్థితి ఏర్పడింది. ప్రజాప్రతినిధులు రాజీనామా చేయాలనే పిలుపుతో ఈ నినాదం తెలంగాణలో మార్మోగింది. ప్రజల తీవ్రమైనటువంటి ఉద్యమ వత్తిడి వల్ల గ్రామ మండల స్థాయి ప్రజా ప్రతినిధులు ఎంపీటీసీలు, సర్పంచ్‌లు, జెడ్‌పిటిసిలు మొదలైన కింది స్థాయి వారు తమ పదవులకు రాజీనామా చేయటమో లేదా ఉద్యమంలో పూర్తిస్థాయిలో నిమగ్నం కావడమో జరిగింది. రాజకీయ పార్టీలను పట్టుకొని పదవులను వదులుకోలేని ఎమ్మెల్యే, ఎంపీలు వారి నియోజక వర్గాలను పూర్తిగా వదిలి హైదరాబాద్‌కో, ఢిల్లీకో పరిమితమైనారు. రాజీనామా చేయని ప్రజా ప్రతినిధులను, తెలంగాణ వ్యతిరేకులను తెలంగాణ వాదం మాట్లాడుతూనే సమైక్యాంధ్ర వాదులతో అంటగాగుతున్న రాజకీయ నాయకులను లక్ష్యంగా చేసుకున్న విద్యార్థి జేఏసీ వీరికి వ్యతిరేకంగా పోరాట పిలుపులు ఇచ్చింది. అనేక ధర్నాలు ముట్టడులు వంటి కార్యక్రమాలను చేపట్టింది. ఒక దశలో విద్యార్థి ఉద్యమానికి మద్దతు తెలపకుండా 'జై తెలంగాణ' అని అనకుండా రాజకీయ నాయకులు బ్రతికి బట్టగట్టలేని పరిస్థితి ఏర్పడింది. ఉస్మానియా విశ్వవిద్యాలయంలో ఆర్ట్స్ కాలేజ్ టెంటు వద్దకు మద్దతు తెలపడం కోసం వచ్చిన తెలంగాణకు చెందిన తెలుగు దేశం పార్టీ సీనియర్ శాసన సభ్యుడు నాగం జనార్ధన్ రెడ్డిపై దాడికి దిగారు కొంత మంది విద్యార్థులు. ఈ దాడిని సమర్థించుకుంటూ భవిష్యత్‌లో తెలంగాణకు వ్యతిరేకంగా ద్వంద్వ ప్రమాణాలు పాటించే, సమైక్యాంధ్ర రాజకీయ పార్టీలకు సేవ చేసేఎవరికైనా ఇదే గతి పడుతుందని విద్యార్థులు హెచ్చరించారు. ఇటువంటి పరిస్థితి తెలంగాణ

చరిత్రలో ఎన్నడూ చూడలేదని అనుభవం గల రాజకీయ పరిశీలకులు అనడం గమనార్హం. ఈ దాడి రాజకీయ నాయకుల గుండెల్లో భయం కలిగించింది. ఉదారవాద మేధావులు కొందరు ఈ దాడిని విమర్శించినప్పటికీ తెలంగాణ ప్రజలు దీనిని స్వాగతించారు. ఈ దాడిని సాకుగా తీసుకున్న పోలీసులు ఉస్మానియాలో సంఘ విద్రోహ శక్తులు వున్నారంటూ ఉద్యమ అణచివేతకు వెసులుబాటు తీసుకునే ప్రయత్నం చేశారు.

2010జనవరి 3న విద్యార్థి గర్జన -ఢిల్లీ అఖిల పక్షం-శ్రీకృష్ణ కమిటీ ఏర్పాటు..

ఉద్యమంపై ఎన్ని విధాల నిర్బంధం ప్రయోగించినా, అణచివేయలేమని నిర్ధారణకు వచ్చిన కేంద్ర ప్రభుత్వం జనవరి 5, 2010న రాష్టంలోని 8 పార్టీలను అఖిల పక్ష భేటికి ఆహ్వానించింది. "ఎజెండా చెప్పకుండా అఖిల పక్షాన్ని ఆహ్వానించడం పార్టీ ప్రధాన నాయకత్వాన్ని కాకుండా ఆంధ్రా, తెలంగాణ రెండు ప్రాంతాల ప్రతినిధులను సమావేశానికి ఆహ్వానించడం కేంద్ర ద్వంద్వ నీతికి నిదర్శనం. తెలంగాణ కావాలని జనవరి 3న 2010 ఉస్మానియా ఆర్ట్స్ కాలేజి వద్ద జరిగిన విద్యార్థి గర్జన బహిరంగ సభకు ప్రభుత్వం అనుమతించక పోయినా లక్షలాది మంది విద్యార్థులు హాజరయ్యారు. గర్జనను ఉద్దేశించి జనవరి 1,2010న ఆంధ్రజ్యోతి దినపత్రికకు సిపిఐ మావోయిస్ట్, సెంట్రల్ రీజనల్ బ్యూరో కార్యదర్శి ఆనంద్ తన ఇంటర్వ్యూ సందేశంలో ఇలా అన్నారు – "వందలమంది విద్యార్థులను అరెస్టు చేసి లాఠీ చార్జీ, భాష్పవాయువు ప్రయోగించి 30కి పైగా తప్పుడు కేసులు పెట్టి, అణచివుంచాలని నిర్బంధాన్ని ప్రయోగిస్తే ఆ నిర్బంధం మరింత ప్రతిఘటనకు దారితీయక తప్పదు. ఇది శాంతి భద్రతల సమస్య కాదని పాలకులు గుర్తించాలి. ఇది ప్రజల సమస్య, ప్రజలే పరిష్కరించుకుంటారనే మా పార్టీకి ఉంది. మిలిటెంట్ ప్రజా ఉద్యమ నిర్మాణం ప్రధానమని మాపార్టీ మొదటి నుండి నొక్కి చెబుతుంది. ఇందులో విద్యార్థులు క్రియాశీలకంగా వుండటం ముఖ్య విషయం."[9] ఇదే స్ఫూర్తితో పోరాటం సాగించాలని, కేంద్ర ప్రభుత్వం మాటలు నమ్మవద్దని ఓయూ జేఏసి హెచ్చరించింది. చిదంబరం నాయకత్వంలో జరిగిన అఖిలపక్ష సమావేశం రెండు ప్రాంతాల ప్రజలు సంయమనం పాటించాలని ఏకగ్రీవ తీర్మాణం చేయడం దీన్ని తెలంగాణ ప్రాంతానికి చెందిన వారు కూడా ఆమోదించడం జరిగింది. ప్రజలు సంఘటిత శక్తిగా తమ హక్కుల కోసం, ఆకాంక్షల సాధన కోసం పోరాడుతున్న సమయంలో

---

9. సీపీఐ (మావోయిస్ట్) సీఆర్బీ కార్యదర్శి ఇంటర్వ్యూ, ఆంధ్రజ్యోతి, 1 జనవరి 2010

పాలక వర్గాల ఐకమత్యం ఎలా ఉంటుందో ఈ సందర్భాన్ని చూస్తే అర్థం కాగలదు. తమ చేతుల్లో లేని నాయకత్వాన్ని తిరిగి దక్కించుకొని ప్రజలకు ప్రత్యామ్నాయం లేకుండా చేయడమే వారి లక్ష్యం. గ్రామగ్రామాన రూపుదిద్దుకున్న జేఏసీలు రాజకీయ నాయకత్వ దివాలాకోరుతనాన్ని విమర్శిస్తున్నాయి. ప్రజల సమిష్టి చైతన్యాన్ని చూసి భయపడ్డ పాలకవర్గ పార్టీలకు కేంద్ర ప్రభుత్వం హితబోధ చేసి ఉద్యమం వద్దని శాంతి సందేశం పంపింది. ఓయూ జేఏసి కేంద్ర రాష్ట్ర ప్రభుత్వాల కుట్రను, పథకాన్ని సూచన ప్రాయంగా గ్రహించగలిగింది.కానీ 5లక్షల మంది విద్యార్థులు అనేక ఆటంకాలు, దిగ్బంధనలు దాటుకొని వచ్చారు. లక్షలాది మంది ప్రజలు విద్యార్థి గర్జన పిలుపు వైపు ఎదురు చూశారు. ఆనాటి రాజకీయ పరిస్థితిని అర్థం చేసుకొని ప్రజలకు ముఖ్యంగా విద్యార్థులకు సరైన పోరాట పిలుపు ఇవ్వడంలో విద్యార్థి జేఏసి ఘోరంగా విఫలమైంది. వేదిక నిర్వహణ నుండి మొదలుకొని ఉద్యమానికి అందించాల్సిన దిశా-నిర్దేశం వరకు విఫలం చెందడం వల్ల దాని ప్రభావం అనంతర తెలంగాణ ఉద్యమంపై పడింది. అఖిల పక్ష సమావేశం అనంతరం రాజకీయ పార్టీలు ఉద్యమంపై పట్టు బిగించడం కొంచెం కొంచెం ప్రారంభించాయి. విద్యార్థి జేఏసీ ప్రధాన నాయకత్వంపై సీరియస్ నిర్బంధాన్ని ప్రయోగించడం ప్రభుత్వం ప్రారంభించింది. ఈ పరిస్థితుల్లో శత్రువు చేస్తున్న దాడిని అర్థం చేసుకున్న విద్యార్థులు ప్రజల్లోకి వెళ్లాలని జనవరి 19,2010న ఉస్మానియా నుండి కాకతీయ వరకు పాదయాత్ర ప్రారంభించారు. విద్యార్థి నాయకత్వం తమ శక్తిని కేంద్రీకరించకుండా గ్రామాల్లోకి వెళ్ళి ప్రజల్లో మమేకం కావాలని నిర్ణయించుకొని పాదయాత్ర ప్రారంభించబడినప్పటికి జేఏసీలోని నిర్దిష్ట పని విభజన, పటిష్టమైన నిర్మాణ పద్ధతి లోపించడం వల్ల లక్ష్యం నెరవేరలేదు.

ఫిబ్రవరి మొదటి వారంలో కేంద్ర ప్రభుత్వం ఆంధ్రప్రదేశ్‌లో నెలకొన్న పరిస్థితిని అధ్యయనం చేయుటకొరకై రిటైర్డ్ సుప్రీంకోర్టు జడ్జి జస్టిస్ శ్రీకృష్ణ నాయకత్వంలో ఐదుగురు సభ్యులతో కమిటీని నియమించింది. ఈ కమిటీ నియామకాన్ని ఓయూ జేఏసీ నిర్ద్వందంగా ఖండించింది. బీజేపీ మినహాయించి అన్ని పార్లమెంటరీ రాజకీయ పక్షాలన్నీ టీఆర్ఎస్ సహా కమిటీని ఆహ్వానించాయి. కమిటీ రాజ్యాంగబద్ధం కాదు. దీనికి పార్లమెంటు ఆమోదం లేదు. ఎటువంటి చట్టబద్ధత లేదు. కమిటీ ఏర్పాటును తీవ్రంగా నిరసిస్తూ శ్రీకృష్ణకమిటీని బొంద పెట్టి దానికి కర్మకాండలు నిర్వహించింది ఓయు జేఏసి. ఈ సందర్భంగా ఓయూ జేఏసీ ఇచ్చిన రాజకీయ నినాదాలను అనేక ప్రజాసంఘాలు, ఉద్యమ సంఘాలు

కూడా అనుసరించాయి. అందులో ముఖ్యమైన డిమాండ్స్.

1. పార్లమెంట్‌లో తెలంగాణ బిల్లు పెట్టాలి.

2. బేషరతుగా విద్యార్థులపై పెట్టిన కేసులన్నీ ఎత్తివేయాలి.

3. శ్రీకృష్ణ కమిటిని బహిష్కరించాలి

4. మంత్రులతో సహా ప్రజా ప్రతినిధులందరూ రాజీనామా చేయాలి. తిరిగి ప్రత్యేక తెలంగాణ రాష్ట్రంలోనే ఎన్నికలలో పాల్గొనాలి.

5. ఉస్మానియా యూనివర్సిటీతో పాటు రాష్ట్రవ్యాప్తంగా మోహరించబడిన పారామిలటరీ బలగాలను బేషరతుగా వెనక్కి తీసుకోవాలి.

పైడిమాండ్లపై ఓయు జేఏసి విస్తృత కార్యక్రమాలు నిర్వహించింది. రాజకీయ పార్టీల కుట్రలను, ద్రోహాలను బట్ట బయలు చేసింది. జనవరి 5, 2010న ఢిల్లీలో జరిగిన అఖిలపక్ష ఒప్పందాన్ని బయట పెట్టాలని డిమాండ్ చేస్తూ, చీకటి ఒప్పందం మూలంగా జన్మించిన వికృత శిశువే శ్రీకృష్ణ కమిటి అని ప్రకటించింది.

2010, ఫిబ్రవరి 14న క్యాంపస్ దిగ్బంధనం

ఓయూలో జరిగిన అనేక ఉద్యమాల్లో విద్యార్థినుల పాత్ర క్రియాశీలంగా ఉంటూ వచ్చింది. అది చరిత్ర పొడవునా కనబడుతూనే ఉంది. అయితే వాళ్ళకు చరిత్రలో దక్కవసిన స్థానం, పాత్ర దక్కలేదనేది వాస్తవం. జార్జి మరణం అనంతరం ప్రగతిశీల విద్యార్థులు అనేక గ్రూపులుగా విడిపోయినా తరువాతి కాలంలో అనేక సామాజిక, రాజకీయ ఉద్యమాల్లో కీలకపాత్ర పోషిస్తూ వచ్చారు. అలా రూపుదిద్దుకున్నదే ప్రగతిశీల మహిళా సంఘం (పీఓడబ్ల్యూ). మొదటి స్త్రీవాద విద్యార్థినీ ఉద్యమంగా చరిత్రలో తనదైన స్థానాన్ని నిలుపుకున్న ఆ సంఘం ఓయూలో విద్యార్థినులను సంఘటితం చేయడంలో ప్రధాన పాత్ర పోషించిందని చెప్పవచ్చు. ఆ సంఘం నాయకత్వంలో ఎదిగిన ఎంతో మంది విద్యార్థినులు తర్వాతి కాలంలో దేశంలో జరిగిన అనేక మహిళా, స్త్రీవాద ఉద్యమాలకు నాయకత్వం వహించారు కూడా. అప్పటి నుండి ఓయూ వేదికగా జరిగిన ఏ సామాజిక, రాజకీయ ఉద్యమంలోనైనా ఓయూ విద్యార్థినులు ముందు వరుసలో ఉంటున్నారు.

నిజానికి తెలంగాణ మహిళా ఉద్యమం స్త్రీ, పురుష వైరుధ్యాన్ని ఎప్పుడూ శత్రు వైరుధ్యంగా చూడలేదు. మిత్ర వైరుధ్యంగానే చూసింది. కోస్తాంధ్ర, స్త్రీ

కవిత్వంలో "ఎవడురా మిత్ర వైరుధ్యమన్నది" అన్న ధోరణిలో ఇక్కడి మహిళా ఉద్యమం లేదు.

ఉద్యమ ప్రారంభం నుండి మహిళా విద్యార్థులు ఉద్యమానికి ఎంతో ఉత్తేజాన్ని ఇచ్చారు. కొన్ని సందర్భాల్లో తీవ్ర నిర్బంధం క్యాంపస్ హాస్టల్స్ నుండి అడుగు బయట పెట్టలేని పరిస్థితుల్లో మహిళా విద్యార్థులు అత్యంత ధైర్య సాహసాలు ప్రదర్శించారు. 2011 ఫిబ్రవరి 20న జరిగిన ఛలో అసెంబ్లీ పిలుపులో భాగంగా 15 మంది ఉస్మానియా, కాకతీయ మహిళా విద్యార్థులు వేల మంది పోలీసు బలగాలను కళ్ళు గప్పి అసెంబ్లీ ఆవరణ వరకు చేరుకోవడం విద్యార్థి చరిత్రలో గొప్ప ఘట్టంగా చెప్పుకోవచ్చు.

అత్యంత మిలిటెంట్‌గా ముందుగా వస్తూ ఉద్యమ నిర్మాణానికి పురుషులతో సమానంగా వస్తున్న మహిళలను అడ్డుకోవడం, నిర్బంధం వల్ల సాధ్యం కావడం లేదని గ్రహించిన ప్రభుత్వం అనాగరికమైన చర్యకు దిగింది. మహిళా విద్యార్థులపై ప్రభుత్వం ఏస్థాయిలో కొనసాగించిందో అర్థం చేసుకోవడానికి ఫిబ్రవరి 14, 2010 ఘటన ఉదాహరణగా చరిత్రలో నిలిచిపోతుంది. విద్యార్థులపై జరిగిన దాడిని, నిర్బంధాన్ని ప్రముఖ సామాజిక కార్యకర్త యం.రత్నమాల ఇలా వివరించారు - "2010 ఫిబ్రవరి 14వ తేదీన ఉస్మానియా విద్యార్థులపై డీసీపీ స్టీఫెన్ రవీంద్ర నాయకత్వంలో పోలీసులు అత్యంత పాశవికంగా దాడులు సాగించాడు. ఆర్ట్స్ కళాశాల ముందు, కళాశాలపై ఉన్న విద్యుత్ దీపాలను పోలీసులు రాళ్ళతో పగులగొట్టి హాస్టల్స్‌లో లైట్లు లేకుండా చేసి మొత్తం ఉస్మానియా విశ్వవిద్యాలయాన్ని చీకటిగా చేసి పాశవికంగా దాడులు చేశారు. ఈ దాడి కొన్ని నెలలుగా పోలీసులు సాగించిన నిర్బంధకాండకు పరాకాష్ట. ఫిబ్రవరి 14 దాడిలో దాదాపు 30 మంది అమ్మాయిలు తీవ్రంగా గాయపడి ఆసుపత్రి పాలయ్యారు. ఇందులో ఆరుగురు అమ్మాయిల పరిస్థితి విషమంగా మారింది. ఈ అమ్మాయిలపై జరిగిన దాడిపై విచారణ జరిపిన రాష్ట్ర మానవహక్కుల కమిషన్ పోలీసుల చట్ట విరుద్ధ దాడులను దమనకాండను తప్పు పట్టింది."[10]

ఇన్ని నిర్బంధాలు ఎదుర్కొంటూ విద్యార్థినులు విస్తృతంగా ఉద్యమంలో పాల్గొన్నారు. 2011 ఫిబ్రవరి 21న అసెంబ్లీ ముట్టడి కార్యక్రమంలో భాగంగా

---

10. యం. రత్నమాల, తెలంగాణ ఆరాట పోరాటాల్లో స్త్రీలు, తెలంగాణ మహిళ విద్యార్థి తొవ్వ (2012) 4-8

సందు సందుల్లో రోడ్ల పొడవునా మోహరించిన పోలీసు బలగాలను ఛేధించుకొని ఉస్మానియా, కాకతీయ, మహాత్మాగాంధీ యూనివర్సిటీలకు చెందిన అమ్మాయిలు 16 మంది శాసన సభ దాకా వెళ్ళి అసెంబ్లీ ముట్టడి విజయానికి ప్రతీకలై నిలిచారు. ప్రస్తుతం నడుస్తున్న తెలంగాణ ఉద్యమంలో కేంద్ర, రాష్ట్ర ప్రభుత్వాల నిర్బంధానికి వ్యతిరేకంగా మహిళలు కుడా లాఠీచార్జీలు, జైలు శిక్షలు వంటి నిర్బంధాలు ఎదుర్కొంటూ తెలంగాణ రాష్ట్రం కోసం పోరాడుతున్నారు.[11]"

ఈ ఘటనపై మానవ హక్కుల వేదిక (హెచ్ఆర్ఎఫ్) స్వతంత్ర నిజనిర్ధారణ చేసి తన నివేదికలో అనేక విషయాలను వెల్లడించింది.

"ఫిబ్రవరి 16న తేదీ నుండి విద్యార్థులకు పరీక్షలు ఉండటం వల్ల 14వతేదీ సాయంత్రం 6గంటలకు, ఆర్ట్స్ కళాశాల నుండి ఎన్‌సీసీ వరకు ప్రతిరోజు కార్యక్రమంలాగానే ర్యాలీ తీయడానికి నిర్ణయించుకున్నారు. విద్యార్థినులు మాత్రం తాము పాల్గొనమని పరీక్షలకు సిద్ధం అవుతున్నామని జేఏసీ నాయకులకు తెలిపారు. ప్రజా ప్రతినిధులు రాజీనామా చేయాలి. "శ్రీకృష్ణ కమిషన్‌ను బాయ్‌కాట్ చేయాలి." అనే నినాదాలతో ఎన్‌సీసీ వరకు ప్రశాంతంగా ర్యాలీగా వెళ్ళి అక్కడ పోలీసులు ఆపడంతో వెనక్కు తిరిగి పోలీసులు అనుమతిస్తే తార్నాక వరకు వెళ్ళాలని లేకుంటే 'బి'హాస్టల్ ముందు ధర్నా నిర్వహించి రూముల్లోకి వెళ్ళిపోవాలని అనుకున్నట్లు విద్యార్థులు తెలిపారు. విద్యార్థుల ర్యాలీ ఆర్ట్స్ కళాశాల దాటగానే ఏసీపీ రామాంజానేయులు విద్యార్థులను ఆపి ర్యాలీని మానుకొని వెళ్ళిపోమన్నాడు. ర్యాలీ ముందున్న విద్యార్థులు పోలీసులతో వాగ్వివాదానికి దిగి, తమకు కనీసం హాస్టల్ వైపుకన్నా పోనివ్వమని పోలీసులపై వత్తిడి చేశారు. సరిగ్గా ఇదే సమయంలో విద్యార్థులపై రాళ్ళు పడ్డాయి. పరిస్థితి ఉద్రిక్తంగా మారింది. దీన్ని అదనుగా తీసుకున్న పోలీసులు విద్యార్థులపై లాఠీలతో విరుచుకుపడ్డారు. స్టూడెంట్స్ 'బి' హాస్టల్ వైపు వెళ్ళుతుంటే వాళ్ళను కొట్టుకుంటూ తరిమారు. ర్యాలీ వెంటే వస్తున్న టీ.వీ. ఛానల్ ప్రతినిధులు పోలీసు లాఠీచార్జీని కవర్ చేయడానికి ప్రయత్నిస్తుండగా పోలీసులు వాళ్ళపై విరుచుకుపడ్డారు. కొందరు పోలీసులు విద్యార్థుల్ని తరిమి కొడుతుండగా మిగతా పోలీసులందరూ మీడియా వాళ్ళపై విరుచుకుపడ్డారు. కొన్ని టీవీ ఛానెల్ వాళ్ళను ఎంచుకొని ఉద్దేశపూర్వకంగా లాఠీలతో కొట్టారని మీడియా ప్రతినిధులు మాకు తెలిపారు.

---

11. యం. రత్నమాల, తెలంగాణ ఆరాట పోరాటాల్లో స్త్రీలు, తెలంగాణ మహిళ విద్యార్థి తొవ్వ (2012) 4-8

మరుసటి రోజు అంటే 15వ తేదీన కూడా విద్యార్థులు బీ హాస్టల్ నుండి బయటికి వచ్చి నిలబడి నిర్బంధానికి వ్యతిరేకంగా నినాదాలు ఇస్తుండగా మళ్ళీ పోలీసులు వాళ్ళపై విరుచుకపడి లాఠీచార్జీ చేశారు. రెండు రోజుల సంఘటనల్లో దాదాపు 70 మంది విద్యార్థులు 19మంది మీడియా ప్రతినిధులు గాయపడ్డారు. ఎలక్ట్రానిక్ మీడియాకు సంబంధించిన ఎనిమిది కెమెరాలకు పోలీసులు ధ్వంసం చేశారు. 40మోటర్ బైకులు విధ్వంసం చేశారు. ఛాయ్ అమ్ముకొని బ్రతికే సుధాకర్ అనే వ్యక్తిని కొట్టి ఆయన ఛాయ్ డబ్బాను కూడా ధ్వంసం చేశారు. ఏడుగురు పోలీసులకు స్వల్ప గాయాలయ్యాయి. పోలీసు శాఖ అధికారికంగా మాకు ఇచ్చిన సమాచారంలో నాలుగు ప్లాటూన్ల వివిధ సాయుధ బలగాలను 36 మంది సివిల్ కానిస్టేబుల్స్‌ను ఏడుగురు ఇన్స్‌పెక్టర్లను, ఇద్దరు ఏసీపీలను ఉస్మానియాలో మోహరించామని పేర్కొన్నారు. దాదాపు 6,000మంది అన్ని రకాల బ్రాంచీలకు సంబంధించిన పోలీసులు క్యాంపస్ బయట విధుల్లో ఉన్నారనే సమాచారం మేం సేకరించాం."[12]

అయితే ఉద్యమంలో మహిళ భాగస్వామ్యానికి తగిన స్థాయిలో నాయకత్వ ప్రాతినిధ్యం లేదు. ఇది మొత్తంగా తెలంగాణ ఉద్యమంలో గల మహిళా నాయకత్వ పరిస్థితికి భిన్నంగా లేదు. పితృస్వామిక భావజాలం అత్యంత ప్రభావితంగా పని చేస్తుందనడానికి ఉస్మానియా నుండి ఏ మహిళా బృందం నాయకత్వంలోకి ఎదగక పోవడాన్ని బట్టి అర్థం చేసుకోవచ్చు. నిర్బంధంలో ముందున్న మహిళలకు నాయకత్వ స్థానాల్లో సరైన గుర్తింపు రాలేదు. అదే సమయంలో కాలక్రమేనా విద్యార్థి ఉద్యమంలో చోటు చేసుకున్న పెడధోరణులను ప్రశ్నిస్తూ నిజాయితీ, చిత్తశుద్ధితో లక్ష్యసాధన కోసం ముందుకు వచ్చిన మహిళలు వెనక్కి తగ్గారు. ఉద్యమ ప్రారంభానికి పూర్వం వివిధ విద్యార్థి సంఘాల్లో చురుకుగా ఉన్న మహిళలే నిలబడ్డారు.

విద్యార్థి సంఘాలు -సిద్ధాంతాలు-దృక్పథాలు..

తెలంగాణ రాష్ట్ర సాధనకు కులాలు, మతాలు, జాతులు భేదం ఎవరికి ఏ సిద్ధాంతం ఉన్న అవన్నీ పక్కన పెట్టి ఉద్యమంలో కలిసి పనిచేస్తున్నారు అనే నినాదంగా పాపులర్ అయింది. ఇది వాస్తవ విరుద్ధమైంది. లోతుల్లోకి వెళ్లి పరిశీలిస్తే

12. ప్రచురణకాని మానవ హక్కుల వేదిక నివేదిక, ఫిబ్రవరి 16, 2010

కుల సమీకరణలు, వర్గసమీకరణలు చాలా స్పష్టంగా కనిపిస్తాయి. సిద్ధాంతాల ప్రాతిపదికగా ఏర్పడిన విభజన రేఖలు గమనించవచ్చు. విద్యార్థులు స్వతంత్ర్య రాజకీయ శక్తిగా స్వీయ ఆస్థిత్వం కలిగిలేరు. వారికి సిద్ధాంత రాజకీయ అవగాహనలున్నాయి. వాటిని స్థూలంగా మూడు రకాలుగా విభజన చేయవచ్చు.

1.పార్లమెంటరీ రాజకీయ పార్టీలకు అనుబంధంగా పనిచేస్తున్నవి (భౌగోళిక తెలంగాణ నినాదం)టీఆర్ఎస్వీ, ఏఐఎస్ఎఫ్, ఎన్ఎస్యూఐ, టీఎన్ఎస్ఎఫ్, ఏబీవీపీ, బీఎస్ఎఫ్, పీడీఎస్యూ.

2. ఏ పార్టీలకు అనుబంధంగా లేకుండా కుల సంఘంతోని కొన్ని ప్రెషర్ గ్రూప్స్తోని సంబంధాలు కలిగి ఉంటూ అంబేద్కర్, పూలే సిద్ధాంతాల భూమికపై పని చేస్తున్నవి (సామాజిక తెలంగాణ). ఇవి స్థూలంగా పార్లమెంటరీ పంథాను ఆమోదిస్తాయి.

ఎమ్ఎస్ఎఫ్, ఎస్సీ, ఎస్టీ విద్యార్థి సంఘం, బీసీ స్టూడెంట్స్ యూనియన్, టీఎన్ఎస్ఎఫ్, జీవీఎస్, టీవీఎస్, పీడీఎస్యూ.

3.పార్లమెంటరీ వ్యవస్థ పట్ల విశ్వాసం లేని సంఘాలు. వీరు ప్రజాస్వామ్య తెలంగాణ లక్ష్యాన్ని కలిగి ఉన్నవారు: టివివి, టిఎస్ఓ, డిఎస్యు, టిఎమ్వివిఎస్, టిఎస్ఎ.

పైన ఉన్న అన్ని సంస్థలు కొన్ని సందర్భాల్లో కలిసి పనిచేశాయి. మరి కొన్ని సందర్భాల్లో మరికొందరితో కలిసి ఐక్య సంఘటన కట్టారు. సిద్ధాంత రీత్యా ఉత్తర, దక్షిణ ధృవాలుగా ఉండే సంఘాలు ఐక్య సంఘటనతో కలిసి పనిచేయడం ఒక ప్రధానమైన అంశం. అయితే వారి భావజాల ప్రాతిపదికన ఘర్షణలు పడడం కూడా 36 నెలలు తెలంగాణ ఉద్యమం పొడవుతా పూసలో దారంలా కనిపిస్తూంటుంది. కుల రాజకీయాల పాత్ర చాలా ప్రస్ఫుటంగా గమనించవచ్చు. కొన్ని సందర్భాల్లో జేఏసి నాయకత్వం సామాజిక వర్గాల వారిగా సమీకరించబడింది కూడా. ఎస్సీలదే ఉద్యమంలో అగ్రశ్రేణి నాయకత్వ పాత్ర కాగా ఉపకులాల వారిగా వర్గీకరణ జరగాలనే అంశం పరోక్షంగా ఇక్కడ బలమైన ప్రభావం చూపింది. ఎస్సీ ఉపకులాల మధ్య ఉన్న మిత్ర వైరుధ్యం తక్షణ కారణాల రీత్యా అనేక సమస్యలకు కారణం అయింది. ఎస్సీల నాయకత్వాన్ని నిరాకరిస్తూ బీసీలను ఐక్యం చేసే ప్రయత్నం కూడా జరిగింది. వారి వారి కులాల నాయకత్వాన్ని ప్రమోట్ చేయడం కోసం క్యాంపస్ బయటనున్న రాజకీయ శక్తులు క్యాంపస్ను ప్రభావితం

చేయడం, క్యాంపస్‌లోని ఆయా కులాల విద్యార్థులు క్యాంపస్ బయటనున్న తన కులాలను ప్రభావితం చేశాయి. కులం పునాదిగా అస్థిత్వ రాజకీయాలు మొత్తంగా క్యాంపస్‌ను బలంగా ప్రభావితం చేశాయి. కుల రాజకీయాలు ప్రభావితం చేసినంతగా కార్మికవర్గ దృక్పథం గల రాజకీయాలు ఉద్యమాన్ని ప్రభావితం చేయలేకపోయినాయి.

"తెలంగాణ విద్యార్థి ఐక్యకార్యాచరణ కమిటీ ఏ రాజకీయ పార్టీకి అనుబంధంగా మారదు, విద్యార్థి నాయకులు ఏ పార్టీ జెండాలు మోయవద్దు, విద్యార్థి ఉద్యమం స్వేచ్ఛ స్వాతంత్రాలతో నడవాలి. మనం విద్యార్థులుగా ఏ పార్టీకీ ఓట్లు వేయమని పిలుపును ఇవ్వొద్దు. రాజకీయ పార్టీలకు ఎన్నికల ప్రచార కార్యకర్తలుగా మారొద్దు. విద్యార్థి నాయకత్వం ఏ రాజకీయ పార్టీల ఎజెండాలకు లోనుగాకుండా స్వతంత్రంగా వ్యవహరించాలి. టీఎస్ జేఏసీ ఏ జేఏసీల నిర్మాణంలో భాగం కారాదు. కాకూడదు. టీఎస్ జేఏసీ పూర్తి స్వేచ్ఛా స్వాతంత్ర్యాలతో ఉద్యమాన్ని నిర్వహిస్తూ ఐక్య సంఘటనలో మిగతా సమాజంలో ఉన్న జేఏసిలతో కలిసి ఐక్య పోరాటాలు నిర్వహించాలి. రాజకీయ పార్టీలనేతలను మన వేదికలమీదకు ఏ రూపంలోనూ ఆహ్వానించరాదు. వారు నిర్వహించే వేదికలమీదకు మనం వెళ్ళకూడదు. తెలంగాణలోని ప్రతి రాజకీయ పార్టీ తెలంగాణకు ఏదో ఒక రూపంలో అన్యాయం తలపెడుతూ రాష్ట్ర ఏర్పాటు ఉద్యమానికి అడ్డంకిగా మారి ఉద్యమాన్ని నీరుగారుస్తున్నదనే స్పష్టత మనకు చాలా ముఖ్యం. కనుక రాజకీయ పార్టీల వాసనను మన దరికిచేరనీయరాదు."[13] అనేది టీఎస్ జేఏసీ అవగాహనగా ఉండేది.

గత 40సం॥లుగా జరిగిన అనేక రాజకీయ సంఘర్షణల కారణంగా ఏబీవీపీ తన రాజకీయ ప్రాబల్యాన్ని కోల్పోతూ వస్తుంది. తెలంగాణ ఉద్యమంలో ప్రారంభం నుండి ఐక్య సంఘటనకు దూరంగా ఉంది. జేఏసి కార్యక్రమాలకు కొన్ని సందర్భాలు మినహాయిస్తే పూర్తి వ్యతిరేక దిశలో దీని కార్యాచరణ ఉంది. ఓయూ జేఏసీ పట్ల ఏబీవీపీ పాత్ర ఉద్యమం మొదలు నుండి వ్యతిరేకంగానే ఉంది. 2009లో పీజీ సెమిస్టర్ పరీక్షల నోటిఫికేషన్ వచ్చినప్పుడు ఓయూ జేఏసి తెలంగాణ ప్రకటించే వరకు పరీక్షలు రాసేది లేదని తేల్చి చెప్పింది. ఏబీవీపీ కారణంగా దాన్ని వెనక్కి తీసుకోవాల్సి వచ్చింది. ఉద్యమ పిలుపుల సందర్భంగా ఐక్యసంఘటనతో ఏనాడు

---

13. ఓయూ జేఏసీ, టీఎస్ జాక్ అంగీకరించిన భవిష్యత్ కార్యాచరణ, 16 మార్చ్ 2010, హైదరాబాద్.

కలవకుండా పరోక్షంగా ప్రభుత్వాలకు మేలు చేసే కార్యక్రమాలు చేపట్టడం, పోలీసులకు సహకరిస్తుండటం దాని దినచర్య. ఈ క్రమంలో ఉద్యమంలోకి హిందూత్వ ఎజెండాను జొప్పించే ప్రయత్నాలు కూడా ముమ్మరంగా చేసింది.

ఈ క్రమంలోనే 2012 ఏప్రిల్ 15న వామపక్ష విద్యార్థి సంఘాల నాయకత్వంలో జరిగిన బీఫ్ ఫెస్టివల్, నరకాసుర, మహిషాసుర వర్ధంతి సభలు నిర్వహించి దక్కన్, దక్షిణాది బహుజన సంస్కృతికి సంబంధించిన సాంస్కృతిక ఉద్యమాన్ని ముందుకు తీసుకొచ్చింది. ఇవి క్యాంపస్‌లోని హిందూత్వ రాజకీయాలకు సవాల్‌గా మారింది. తెలంగాణ ఉద్యమంలో అత్యంత చురుకుగా ఉన్న ఈ వర్గాలు సామాజిక, సాంస్కృతిక అంశాలను ఎజెండాగా మార్చుకొని తెలంగాణ ఉద్యమానికి సైతం బహుజన, శ్రామిక దృక్పథాన్ని అనుసంధానం చేయడం వల్ల సాంప్రదాయ బ్రాహ్మణవాదులు కలవరం చెందారు. తెలంగాణ ఉద్యమానికి ఉత్తరాది బ్రాహ్మణీయ సంస్కృతిని అద్దడాన్ని ఉస్మానియా, దాని పక్కనే ఉన్న ఇఫ్లూ దళిత బహుజన వామపక్ష విద్యార్థి సంఘాలు వ్యతిరేకించాయి. ఆ క్రమంలోనే బతుకమ్మలోకి దాండియా, అలయ్ బలయ్, తెలంగాణ సంస్కృతిలోకి హోళికా దహనం, గణపతి విగ్రహాల దగ్గర తెలంగాణ ప్రచారం అనే పేరు మీద తెస్తున్న హిందుత్వ వాసనలను ఈ విద్యార్థి సంఘాలు బలంగా వ్యతిరేకించాయి. ఉద్యమంలో బలంగా ఉన్న ఈ శక్తులు తమ సాంస్కృతిక అంశాన్ని ఎజెండా మీదకి తెస్తూ బీఫ్ ఫెస్టివల్ చేశారు. తెలంగాణ ఉద్యమం అంటే కేవలం భౌగోళిక విభజన కోసమే కాదని, తెలంగాణలో భిన్న సాంస్కృతిక జీవన విధానాలు, ఆహార సంస్కృతులు ఉన్నాయని ఈ ఫెస్టివల్ ద్వారా విద్యార్థులు చర్చను లేవదీశారు. అయితే, తెలంగాణ ఉద్యమమే ఏకైక ఎజెండాగా నడవాలే తప్పితే, ఇలా సాంస్కృతిక అంశాలు ఇప్పుడే అవసరం లేదని దళిత నేపథ్యపు అధ్యాపకులే వ్యాసాలు రాశారు.

ఓయూ జేఏసీలో చీలిక–విద్యార్థి ఉద్యమం బలహీనపడడం

రాజకీయ జేఏసీ ఆవిర్భావం నుండే ఓయూ జేఏసితో అంతర్గత వైరుధ్యం ప్రారంభం అయినప్పటికీ అది బాహ్యరూపం దాల్చలేదు. ఓయూ జేఏసి స్వతంత్ర అస్థిత్వం కలిగి ఉంటూ రాజకీయ పార్టీలకు ప్రత్యామ్నాయంగా ఒక రాజకీయ నిర్మాణ శక్తిగా ఎదగడం ఏ ఒక్క రాజకీయ పార్టీకి మింగుడు పడలేదు. ముఖ్యంగా కాంగ్రెస్, తెలుగు దేశం పార్టీలు ఏమాత్రం జీర్ణించుకోలేక పోయాయి. వీరికున్న సొంత ఎజెండా తెలంగాణకు వ్యతిరేకమైంది కనుక ఓయూ జేఏసీని ప్రభావితం

చేయలేకపోయాయి. వీటితో పాటు తెలంగాణ ఉద్యమంపై గుత్తాధిపత్యం కలిగి ఉండాలనే కోరిక గల టీఆర్ఎస్‌కు ఓయూ జేఏసీ కార్యాచరణ రుచించలేదు. ఎటువంటి చర్చ లేకుండానే 2010 మార్చి 14వ తేదీన పీడీఎస్‌యూ, టీవీవీ. టీఎస్ఓ, ఏఐఎస్ఎఫ్ విద్యార్థి సంఘాలను జేఏసీ నుండి బహిష్కరిస్తున్నట్లు టీఆర్ఎస్‌వీ నాయకులు ప్రకటించారు. విద్యార్థి జేఏసిలో చీలిక పత్రికల్లో పతాక శీర్షిక అయింది. టీఆర్ఎస్‌వి అనుబంధ సంస్థగా టీఆర్ఎస్ రాజకీయ ఎజెండాను అమలు పరిచే విద్యార్థి సంస్థలతో జేఏసిని కొనసాగించింది. టీఆర్ఎస్ పార్టీ తెలంగాణ ఉద్యమంపై తన ఆధిపత్యాన్ని నిలుపుకోవడం కోసం చేసిన కుట్ర ఫలితమే చీలిక జరిగిందని బహిష్కరించబడ్డ విద్యార్థి సంఘాలు ఆరోపించాయి. "కేసీఆర్ నిరహారా దీక్ష చేసిన సందర్భంలో ఆయనకే వ్యతిరేకంగా ఉద్యమించి ఆయన దీక్షను కొనసాగేటట్లు చేసిన ఘనత విద్యార్థులదే. కనుక స్వతంత్రంగా ఉంటూ నిర్ణయాలు కూడా తీసుకొని పోరాడే విద్యార్థులు తెలంగాణ ద్రోహుల మాట వినే స్థితిలో వుండరనే ఎరుక తెలంగాణ నాయకుల మనసులో వుంది. అందుకే వాళ్ళని విచ్ఛిన్నం చేస్తే తమని ప్రశ్నించేవారే ఉండరని మోసపు బుద్ధితో ఈ పని చేశారు."[14]

టీఎస్ జేఏసీ నాలుగు నెలల ఉద్యమ కార్యాచరణను సమీక్షిస్తూ ఇలా అభిప్రాయపడింది. "ఒక స్పష్టమైన రాజకీయ అవగాహనతో కూడిన నిర్మాణం లేనట్లయితే ఎంత గొప్ప ప్రజా ఉద్యమమైనా నీరుగారిపోతుందన్న విషయం ప్రస్తుత తెలంగాణ ఉద్యమం నుండి గుణపాఠం నేర్చుకోవాలి. భవిష్యత్‌లో ఇలాంటి పరిస్థితి పునరావృతం కాకుండా చూసుకోవడం కోసం ఒక స్పష్టమైన ఆలోచన అవసరం. దీనికొరకు నేపథ్యంలో రాజకీయ నిర్మాణ కార్యాచరణ పథకాన్ని స్పష్టంగా, నిర్దిష్టంగా నిర్వచించుకోవాల్సిన అవసరం ఉన్నది.

1.స్పష్టమైన రాజకీయ అవగాహనతో కూడిన త్యాగశీలమైన నాయకత్వం.

2.క్షేత్రస్థాయి నుండి కేంద్ర స్థాయి వరకు పటిష్టమైన నిర్మాణం

3.రాజకీయ, సామాజిక, ఆర్థిక, సాంస్కృతిక పరిస్థితులకు అనుగుణమైన నిర్దిష్టమైన కార్యాచరణ పథకం.

---

14. సి.కాశీం, క్రాంతికార్ (సంపాదకులు), ప్రజాస్వామిక తెలంగాణ, (ఖమ్మం, హేతువాద ప్రచురణలు, 2012)

4.బాధ్యతగల పారదర్శకత గల స్వతంత్ర ఆర్థిక విధానం.

పై నాలుగు అంశాలు ఉద్యమానికి పునాదిగా వుంటాయి.[15]

"తమ ఆత్మగౌరవముకై హక్కులకై దోపిడి నుండి విముక్తికై వీరోచితం పోరాట వారసత్వం వున్న తెలంగాణ గడ్డ తమ తమ ఆకాంక్షల సాధనకై నేడు ఆత్మహత్యలతో తల్లడిల్లుతున్నది. తెలంగాణ ఉద్యమం ఉవ్వెత్తున లేచి నేడు నాయకత్వ సంక్షోభాన్ని ఎదుర్కొంటున్నది. మలిదశ తెలంగాణ గత నాలుగు నెలల ఉద్యమంలో విద్యార్థులు అత్యంత క్రియాశీలక పాత్ర పోషించినా రాజకీయంగా కొంత అస్పష్టత, నిర్మాణపరంగా అత్యంత బలహీనంగా వుండడం వలన రాజకీయ పార్టీల చక్రబంధంలో చిక్కుకుని గందరగోళంలో పడ్డది. దీనితో అంతర్గత కుమ్ములాటలు వ్యక్తిగత స్వార్థ రాజకీయాలు ముందుకొచ్చాయి. ఇదిలా వుండగా స్వార్థ అవకాశవాద రాజకీయ పార్టీలపై పూర్తిగా విశ్వాసం కోల్పోయిన ప్రజలు మరో ప్రత్యామ్నాయంకై మన విద్యార్థులవైపు ఆశగా ఎదురుచూస్తున్నారు. డిసెంబర్ 1 నుండి 9వ తేదీ వరకు మన విద్యార్థి ఉద్యమం చూపించిన తెగువ, పోరాట శైలిని ప్రజలు మన నుండి ఆశిస్తున్నారు. ఈ నేపథ్యంలో గత అనుభవాలను రాజకీయంగా, నిర్మాణపరంగా, కార్యాచరణ పరంగా సరిగ్గా సమీక్షించుకుని భవిష్యత్ కార్యాచరణకై తగిన గుణపాఠాలు తీసుకుని ఉద్యమాన్ని సరైన దిశలో ముందుకు వెళ్లేందుకు నిర్దిష్ట కార్యాచరణ రూపొందించుకోవడం నేటి మన తక్షణ కర్తవ్యం.[16]

నిర్మాణం

1.నాయకత్వం అనేది అందరిని కలుపుకొని పోయే విధంగా ఉంటూ సమిష్టి నాయకత్వంలో ఉద్యమం నడవాలి.

2.తెలంగాణ పది జిల్లాలలో ఉన్న విశ్వవిద్యాలయాల నుండి జిల్లాల నుండి సరైన ప్రాతినిధ్యం కల్పిస్తూ టీయస్ జేఏసీ రాష్ట్ర స్థాయి కమిటీని ఏర్పాటు చేయాలి.

3.విస్తృత స్థాయిలో నూతన నాయకత్వానికి ప్రాతినిధ్యం కల్పిస్తూ రాష్ట్ర కార్యవర్గం ఏర్పాటు చేయాలి.

4.భవిష్యత్‌లో ఉద్యమ అవసరాన్నిబట్టి ఈ కార్యవర్గం నుండి అందరి

---

15. ఓయూ జేఏసీ, టీఎస్ జాక్ అంగీకరించిన భవిష్యత్ కార్యాచరణ, 16 మార్చ్ 2010, హైదరాబాద్.

16. ఓయూ జేఏసీ, టీఎస్ జాక్ అంగీకరించిన భవిష్యత్ కార్యాచరణ, 16 మార్చ్ 2010, హైదరాబాద్.

ఆమోదంతో ఒక కోర్ కమిటీని ఎంపిక చేసుకోవచ్చు. కేవలం నిర్మాణాల మధ్య (వివిధ జేఏసీల మధ్య) సమన్వయం కోసం జిల్లా యూనివర్సిటీల వారితో కలిపి ఒక సమన్వయ కమిటీ ఉండాలి. ఇది కేవలం సమన్వయం కోసమే .

5.ఏ యూనివర్సిటీ అయినా తమ అభిప్రాయాలను ఇంకో యూనివర్సిటీ పైన రుద్దవద్దు. అందరికి సమాన స్థాయి ఉండాలి. చిన్న పెద్ద అనే బేధం యూనివర్సిటీల మధ్య వుండరాదు.

6. క్షేత్ర స్థాయి నుంచి కేంద్ర స్థాయి వరకు పటిష్టమైన నిర్మాణాన్ని ఏర్పాటు చేసుకోవాలి. నాయకత్వం నిర్ధిష్టంగా పని విభజన చేసుకొని యూనివర్సిటీ నుండి కాలేజీ హైస్కూల్ వరకు టీఎస్ జేఏసీ నిర్మాణాలు అభివృద్ధి చేయాలి. ఒక పథకం ప్రకారం క్రమ పద్దతిలో నిర్మాణం టీయస్ జేఏసీలో చర్చించబడి ఆమోదం పొందాలి.

7.మొత్తం తెలంగాణకు సంబంధించిన విధాన నిర్ణయాలను ఏ ఒక యూనివర్సిటీ జేఏసీ గాని, జిల్లా జేఏసీ గానీ తీసుకోవడం సరైంది కాదు. అటువంటి నిర్ణయాలు రాష్ట్ర స్థాయి టీఎస్ జేఏసీలో చర్చించబడి ఆమోదం పొందాలి.

8.ప్రొఫెషనల్ కోర్సుల్లో విద్యార్థులు విడిగా జాక్‌లు ఏర్పాటు చేసుకున్నారు. అటువంటి వాటిని టీఎస్ జాక్‌తో అనుసంధాన పరచాలి. ఉదాహరణకు డాక్టర్స్, లాస్టూడెంట్స్, ఎంబీఏ, ఎంసీఏ, ఐటిఐ, పాల్‌టెక్నిక్ మొదలైనవి.

9.రోటేషన్ పద్దతిలో మీడియా కమిటీ వేసుకోవాలి.

10.ఉద్యమంలో గాయపడిన విద్యార్థులకు వైద్య సహాయం అందించేందుకుగాను వైద్య కమిటీని ఏర్పాటు చేసుకోవాలి.

11.సీనియర్ తెలంగాణ వాదులు, నమ్మదగిన మేధావులతో టీఎస్ జేఏసీకి అనుబంధంగా సలహా మండలిని ఏర్పరచాలి.

12.తెలంగాణ వ్యాప్తంగా రాష్ట్ర స్థాయిలోనూ, జిల్లా స్థాయిలోనూ విద్యార్థులపై పోలీసులు మోపుతున్న అక్రమ కేసులను విచారించేందుకు లీగల్ కమీటీని ఏర్పాటు చేసుకోవాలి.

13.ప్రతి రెండు నెల్లకోసారి టీఎస్ జేఏసీ మీటింగ్‌లు వేసుకోవాలి. అత్యంతవసరం అయితే నెలలోపే కూర్చోవాలి.

14.తెలంగాణ విద్యార్థి ఉద్యమానికి తీవ్ర నష్టం ఎవరైన కలిగిస్తే తీవ్రంగా

మందలించాలి. అయినా పద్ధతి మారకపోతే టీఎస్ జేఏసీ నుండి తొలగించాలి. కొందరు చేడు ప్రవర్తన ద్వారా మొత్తం ఉద్యమం నష్టపోకూడదు. లంపెన్ సెక్షన్స్‌ను, వసూళ్ల బ్యాచీలను ఉద్యమ విచ్ఛిన్నకర శక్తులను ఉద్యమానికి దూరంగా వుండాలి.

ఉద్యమ కార్యాచరణ పథకం

తెలంగాణ ఉద్యమాన్ని నీరుకార్చడానికి కేంద్ర ప్రభుత్వం నియమించిన బి.యస్ శ్రీకృష్ణకమిటీకి వ్యతిరేకంగా "శ్రీకృష్ణ కమిటీ గోబ్యాక్" అనే నినాదంతో ధర్నాలు, రాస్తారోకోలు, నల్లజెండాలతో ప్రదర్శనలు యితర రూపాలలో ఆందోళన కార్యక్రమాలు నిరంతరం కొనసాగించాలి.

తెలంగాణ ప్రజా ప్రతినిధులు ఎమ్మెల్యేలు, ఎంపీల రాజీనామా కోరుతూ ఆందోళన కార్యక్రమాలు చేపట్టాలి. తెలంగాణ పల్లెల్లో వీరిని అడుగడుగునా అడ్డుకునే విధంగా మన కార్యక్రమాలు ఉండాలి. ఒకేసారిగా తెలంగాణ వ్యాప్తంగా ప్రజా ప్రతినిధులు ఇండ్ల ముట్టడి వంటి కార్యక్రమాల ద్వారా వారిపై ఒత్తిడి పెంచాలి.

విద్యార్థులపై తెలంగాణ ఉద్యమకారులపై పెట్టిన కేసులు ఎత్తివేతకై, ఆందోళన కార్యక్రమాలు సాగించాలి. కోస్తాంధ్ర ప్రభుత్వం ఆర్థిక సంక్షోభంలో పడేందుకు, పన్నులు కట్టకుండా సహాయ నిరాకరణకై గ్రామ గ్రామాన విస్తృత ప్రచారం నిర్వహిస్తూ దీని అమలుకై గ్రామసభల్లో తీర్మాణం చేయించాలి. స్వచ్ఛందంగా సీమాంధ్ర వస్తు సేవల బహిష్కరణ కార్యక్రమాన్ని చేపట్టవలసిందిగా పిలుపునిస్తూ వివిధ రూపాల్లో ప్రచారం నిర్వహించాలి. తెలంగాణ ప్రాంతంలోని విద్యాలయాల్లో స్థానికులకే విద్యా ఉద్యోగ ఉపాధి అవకాశాలు కల్పించాలని కోరుతూ ఆంధ్రా కార్పోరేట్ కాలేజీలను స్కూల్స్‌ను స్వచ్ఛందంగా బహిష్కరించాలని కోరుతూ ప్రచారం నిర్వహించాలి. తెలంగాణ ప్రాంతంలో నుండి మద్యం షాపుల టెండర్స్ ఎవరు వేయరాదనీ స్వచ్ఛందంగా మద్యం బందు చేయించాలనే ఉద్యమం గ్రామాల్లో జరుగుతున్న దానికి మన మద్దతు ప్రకటించాలి. తెలంగాణ వనరుల రక్షణకు హక్కులకు జరుగుతున్న ఉద్యమాల్లో మనవంతుగా పాల్గొనాలి. తెలంగాణ ఉద్యమం ఇంత ఉన్నత స్థాయిలో జరుగుతున్నప్పటికీ సీమాంధ్ర దోపిడి వర్గాలు తమ దోపిడీని తగ్గించకపోగా మరింతగా పెంచాయి. తెలంగాణ వనరుల సంరక్షణకై తమ హక్కులకై ప్రజలు సాగిస్తున్న పోరాటాలకై మన వంతు బాధ్యతగా మద్దతు ప్రకటించి శక్తికొద్ది భాగస్వామ్యం కావాలి. పోలవరం పులిచింతల, పోతిరెడ్డిపాడు

లాంటి ప్రాజెక్టులకు వ్యతిరేకంగా జరుగుతున్న ఉద్యమాలతోనూ సెజ్‌లు, ఓపెన్‌కాస్టు విధ్వంసాలకు వ్యతిరేకంగా జరుగుతున్న ఉద్యమాలలో భాగం కావాలి. విద్యార్థులు, ఉద్యమకారులు ఆత్మహత్యలకు ఎట్టి పరిస్థితుల్లో పాల్పడవద్దని ఉద్యమం చేసి పాలక వర్గాల మెడలు వంచి తెలంగాణ సాధించుకుందామనే విశ్వాసం విద్యార్థులకు కలిగించాలి. ఆత్మహత్యలు చేసుకోవద్దనే ప్రచారాన్ని విస్తృతం చేయాలి. ఆయా ప్రాంతాల్లో నిర్ధిష్ట పరిస్థితికి అనుకూలంగా కార్యక్రమాలు తీసుకుంటూ "తెలంగాణ ఏర్పాటు బిల్లును వెంటనే పార్లమెంటులో పెట్టాలని కేంద్ర నినాదంతో ఉద్యమ కార్యక్రమాలు నిర్వహించాలి."[17]

వామపక్ష భావజాలం గల విద్యార్థి సంఘాలను బహిష్కరించడం ద్వారా ఉద్యమాన్ని తమ చెప్పుచేతుల్లో ఉంచుకోవచ్చని భావించిన టీఆర్ఎస్ పథకం కొన్ని పరిమితులున్నా విజయవంతం అయ్యింది. విద్యార్థుల యొక్క సంఘటిత శక్తి నీరుగారింది. కేంద్ర, రాష్ట్ర కాంగ్రెస్ ప్రభుత్వాలు ఆశించిన విధంగానే విద్యార్థి ఉద్యమం విచ్ఛిన్నం కావడం ప్రారంభం అయింది. ఇది తెలంగాణ ఉద్యమాన్ని షాక్‌కు గురి చేసింది. విద్యార్థి జేఏసిని తిరిగి ఏకీకృతం చేసే ప్రయత్నం తెలంగాణ జర్నలిస్టుల ఫోరం ఇతర జేఏసీల తెలంగాణ వాదులు చేసినప్పటికి ఫలించలేదు. కొంత కాలానికి మరొక చీలిక జరిగి కొత్త కొత్త బృందాలు జేఏసీ పేర్లతో ప్రవేశించాయి. రాజకీయ అనుకూల ఎజెండాతో కొన్ని బృందాలు పనిచేయసాగాయి. ఉద్యమంలోకి పోలీసు అనుకూల శక్తులు ప్రవేశించి దెబ్బతీశాయి. ఓయూతో ఎటువంటి సంబంధంలేని అనేక మంది విద్యార్థులను ఓయూ జేఏసీ నాయకులుగా హైలెట్ చేస్తూ ఓయూ జేఏసీలో అనేక వర్గాలున్నాయంటూ ఎలక్ట్రానిక్ మీడియాలో, పత్రికల్లో పతాక శీర్షికలుగా ప్రచారం జరిగింది. ఒక వర్గం విద్యార్థి నాయకులను లక్ష్యంగా చేసుకొని మరో వర్గం ఘర్షణకు దిగిన సందర్భంలో కొందరు విద్యార్థులను ప్రేరేపించి పిడమర్తి రవి అనే విద్యార్థి నాయకుని రూంను తగులబెట్టించారు. ఈ ఘటనను నేషనల్ మీడియా పదే పదే ప్రచారం చేసింది. దీన్నిబట్టి ఉస్మానియా విద్యార్థి పోరాటానికి ఉన్న ప్రతిష్టను జాతీయ స్థాయిలో ఎందుకు దిగజార్చాలని మీడియా భావించిందో సులభంగా అర్థమవుతుంది. జేఏసి నాయకులపై 30 నుండి 150 వరకు కేసులు బనాయించబడ్డాయి. క్రమంగా కొంతమంది విద్యార్థులు వెనక్కి తగ్గే పరిస్థితి ఏర్పడింది.

---

17. ఓయూ జేఏసీ, టీఎస్ జాక్ అంగీకరించిన భవిష్యత్ కార్యాచరణ, 16 మార్చ్ 2010, హైదరాబాద్.

1. తీవ్ర రాజ్య నిర్బంధం క్యాంపస్‌పై ప్రత్యేక నిఘా, బహుముఖ దాడి. ఒక్కొక్కరి పై వందలాదికేసులు బనాయించడం.

2. ఉద్యమంలో అధికంగా బడుగు, బలహీన వర్గాల దళిత, బహుజన విద్యార్థులే ప్రధానంగా ఉన్నారు. వీరికి వారసత్వంగా పొలిటికల్ కల్చర్ లేక పోవడం వల్ల ప్రభుత్వంతో, రాజకీయ పార్టీలతో చర్చించవలసిన పరిస్థితి ఏర్పడ్డప్పుడు లొంగుబాటు వైఖరి, అపరిపక్వత వల్ల ఉద్యమాన్ని నిలబెట్టడంలో కొంత వైఫల్యం జరిగింది. విద్యార్థి నాయకుల్లో పారదర్శకత లోపించి వ్యక్తిగత అవకాశాల కోసం మీడియాలో పేరు కోసం పాకులాడడం జరిగింది.

3.ఆర్థికంగా గతంలో ఎన్నడూ రాని అవకాశాలు రావడంతో ప్రధాన నాయకత్వంలో చాలా మంది ప్రలోభానికి గురికావడం జరిగింది.

4.తాము కూడా పార్లమెంట్, అసెంబ్లీల్లో అడుగు పెట్టడానికి ఈ ఉద్యమం ఉపయోగపడుతుందనే ఆశ నాయకుల్లో పుట్టడం. రాజకీయ నాయకులను అనుకరించి ఉద్యమానికి ప్రాధాన్యత తగ్గించటం జరిగింది.

5.విద్యార్థి నాయకుల్లో నిర్మాణ స్పృహ లేకుండా గాలివాటం కార్యక్రమాలు ఇవ్వడం వివిధ యూనివర్సిటీల మధ్య రాష్ట్రవ్యాప్తంగా సమన్వయం చేసుకొని నిర్మాణ, కార్యక్రమాల పరమైన అనుసంధానం చేయకపోవటం.

6.నాయకత్వ లక్షణాలు, మెజారిటీ నాయకత్వంలో లేకపోవడం బాధ్యత వహించే తత్వం లోపించటం వల్ల పిలుపులిచ్చి దూరంగా ఉండడం నిరాహార దీక్ష లాంటి మితవాద పోరాట రూపాలకు అధిక ప్రాధాన్యత ఇవ్వడం.

7.సమకాలీన సామాజిక,ఉద్యమ పరిస్థితిని బట్టి సరైన పిలుపులివ్వక పోవడం ఉదాహరణకు విద్యార్థి గర్జనలో పోరాట పిలుపులు సరిగ్గా ఇవ్వకపోవటం కనీసం ఆంధ్ర పెట్టుబడిదారీ, కార్పోరేట్ కళాశాలలను బహిష్కరించమని లేదా ప్రభుత్వ పరం చేయమని డిమాండ్ చేయకపోవడం ఉద్యమంలోని రాజకీయ బలహీనతను సూచిస్తుంది.

పై కారణాలు సాధారణ విద్యార్థుల్లో ఓయూ జేఏసీపై విశ్వాసం సన్నగిల్లి పోవడానికి ప్రత్యక్ష కారణాలు. ఉస్మానియా ఉద్యమాన్ని కుల రాజకీయాలు, బూర్జువా రాజకీయాలు చీలికకు కొద్ది కాలం ముందు నుండే అమితంగా ప్రభావితం చేసినాయి.

ఓయూ జేఏసిలో అట్టడుగు కులాల నుండి వచ్చిన విద్యార్థి నాయకత్వమే కానీ వారు ఎదిగి వచ్చిన సామాజిక నేపథ్యాన్ని మరిచి అవకాశవాదం స్వార్థం పదవి కాంక్షకు గుర్తింపు కోసం ఇంతగా లోనుకావడం ఉస్మానియా విద్యార్థి ఉద్యమ చరిత్రను మలుపు తిప్పింది. ఉస్మానియా విద్యార్థి జేఏసి నిబద్ధతతో ఉద్యమాన్ని కొంతకాలం వరకు నడిపించింది ఎంత వాస్తవమో అనంతరకాలంలో ఒక ప్రధాన సెక్షన్ నాయకత్వం తన స్వార్థ ప్రయోజనాల కోసం ఉద్యమాన్ని నష్టం చేసింది కూడా అంతే వాస్తవం. వీరికున్న స్వార్థం సాపేక్షికంగా తక్కువే కావచ్చు కానీ దాని ప్రభావం చాలా బలమైంది. అయితే ఇక్కడ గమనించదగిన అంశమేమిటంటే విద్యార్థి నాయకులను వ్యక్తిగత స్వార్థ ప్రయోజనాల వైపు నెట్టడం వెనుక ఒక బలమైన రాజకీయ శక్తులు పని చేశాయి. దీనికి వీరు తలొగ్గారు. పార్లమెంటరీ రాజకీయాలపై విశ్వాసం గల ప్రతి విద్యార్థి నాయకుడు ఎంపీ, ఎమ్మెల్యే నుండి మొదలుకొని కనీసం ఎంపీటీసీ, జడ్పీటీసీ వరకు నేను భవిష్యత్‌లో ఏదో ఒక పదవి పొందలేకపోతానా అని ఆశించి పనిచేసే స్థాయికి ఉద్యమం దిగజారింది. విద్యార్థి ఉద్యమం ఓయూ జేఏసీగా ప్రారంభమై రాష్ట్ర వ్యాప్త సంఘాలను ఐక్యం చేస్తూ టీఎస్ జేఏసిగా ఏర్పడినప్పటికి జేఏసిలోని రాజకీయ నిర్మాణ సమస్యల మూలంగా మూడునెలలు రాష్ట్ర రాజకీయాలు శాసించిన విద్యార్థి ఉద్యమం 2010 మార్చి చివరి నాటికి బలహీన పడింది.

రాజకీయమైన విషయాలు ప్రధానమైనప్పటికీ ఆర్థిక పరమైన సమస్యకూడా చెప్పుకోదగ్గ స్థాయిలో ఉద్యమ పిలుపులను కార్యాచరణను అనేక సందర్భాలలో ప్రభావితం చేసింది. దీన్ని అధిగమించేందుకు 2010 మార్చి 16న టీఎస్‌జేఏసీ (లెఫ్ట్) ఈ క్రింది విధంగా ఆర్థిక విధానాన్ని నిర్వచించుకుంది."ఏఉద్యమమైనా ముందు సాగాలంటే ఆర్థికం తప్పనిసరి. ఇదే సర్వస్వం కానప్పటికీ చాలా కీలకమైనది. కరపత్రాలు, పోస్టర్లు, స్టిక్కర్లు, ఇతర ఉద్యమ ప్రచార సామాగ్రి ఉద్యమ అవసరాలకు డబ్బును డాక్టర్లు, విద్యార్థులు చేసే ఆర్థిక సహాయంపై ఆధారపడాలి. ఆర్థిక వ్యవస్థ సవ్యంగా లేకపోతే అనేక అనుమానాలకు కారణమై అది ఉద్యమాలను మింగేస్తుంది. ఉద్యమ విచ్ఛిన్నాలకు దారితీస్తుంది. కనుక దాతల నుండి విరాళాలను సేకరిస్తున్నప్పుడు కొన్ని విలువలతో కూడిన పద్ధతులను పాటించాలి. దాతల పేర్లను బహిరంగంగా ప్రకటించాలి. ఎట్టిపరిస్థితుల్లో రాజకీయ పార్టీల నాయకుల నుండి ఎటువంటి అవసరాల కోసమైనా డబ్బును తీసుకునే సంస్కృతి చాలా ప్రమాదకరం.ఇది మన స్వతంత్రతను దెబ్బతీసి, స్వయం ప్రతిపత్తిని

దెబ్బతీసి మనకు తెలియకుండా ఆయా రాజకీయ పార్టీల ఎజెండాను మన చేత అమలు చేయడానికి దోహదం చేస్తుంది. నిధులు రాబడి ఖర్చులలో పారదర్శకత ఉండేందుకు నిధులు వ్యవస్థ నిర్వహణకై బాధ్యతాయుతమైన ఫైనాన్స్ కమిటీని ఏర్పాటు చేసుకోవాలి. దీనిలో ప్రొఫెసర్లు, విద్యార్థులతో కూడిన ఒక జాయింట్ ఎకౌంట్ తీసుకుని బహిరంగంగా ప్రకటించాలి.[18]

రాజకీయ పార్టీలు చేసిన కుట్రలు, కుతంత్రాలు, స్పష్టమే అయినప్పటికీ అవి బాహ్య కారణాలు మాత్రమే కనిపిస్తాయి. కానీ అంతర్గతంగా ఓయు జేఏసీని పాలకవర్గ పార్టీలు, కులసంఘాలు ఆయా సందర్భాలను బట్టి బాగా ప్రభావితం చేశాయి. దానిలో టీఆర్ఎస్ పాత్ర ప్రధానమైంది. ఉస్మానియా ఉద్యమంలో కులసంఘాల పాత్ర ఎంత ప్రభావితం అయ్యిందో అర్థం చేసుకోవటానికి ఉస్మానియా విద్యార్థుల పాదయాత్ర ముగింపు సందర్భంగా కాకతీయ విశ్వవిద్యాలయంలో జరిగిన బహిరంగసభ ఉదాహరణగా నిలుస్తుంది. ఈ క్రమంలో ప్రధానంగా రాజకీయ పక్షాలే జేఏసీని బలహీన పర్చడానికి అనేక సందర్భాల్లో రాజ్యంతో సమన్వయం చేసి నడిపినాయి 2011 ఫిబ్రవరి 21 తారీఖున ఉస్మానియా విద్యార్థులు చలో అసెంబ్లీ పిలుపునిస్తే టీఆర్ఎస్, పొలిటికల్ జేఏసీలు బహిరంగంగా తమ మద్దతు లేదంటూ ప్రకటించాయి. హింస జరుగుతుందంటూ ఓయూ జేఏసీని కార్యక్రమం విరమించుకోవాల్సిందిగా కోరాయి. రాజకీయ జేఏసీలు భాగస్వామ్య పార్టీగా ఉన్న సీపీఎంఎల్ (న్యూడెమొక్రసీ) కూడా పొలిటికల్ జేఏసీకి అనుకూల నిర్ణయం తీసుకుంది.

విద్యార్థి ఉద్యమం - రాజకీయ పార్టీలు

తెలంగాణ విద్యార్థి ఉద్యమాలను పార్లమెంటరీ రాజకీయ నాయకత్వం గణనీయంగా ప్రభావితం చేయగలిగింది. కొన్ని సందర్భాలు మినహాయించి పార్టీలను పక్కకు పెట్టి ప్రత్యేక రాష్ట్ర ఉద్యమంలో చూడలేము. 1969లో ఉద్యమానికి 2009 విద్యార్థి ఉద్యమానికి కొంత సారూప్యత మరికొంత భిన్నత్వం కనిపిస్తుంది. 1969 స్వతంత్రంగా నడుస్తున్న విద్యార్థి ఉద్యమంలోకి చెన్నారెడ్డి తెలివిగా ప్రవేశించి ద్రోహం చేశాడు. 2009 కేసీఆర్ పొలిటికల్ స్కాంలో భాగంగా ఆమరణ దీక్ష చేయడం మధ్యలోనే ద్రోహం తలపెట్టడంతో ఉద్యమాన్ని విద్యార్థులు తమ చేతుల్లోకి

18. ఓయూ జేఏసీ, టీఎస్ జాక్ అంగీకరించిన భవిష్యత్ కార్యాచరణ, 16 మార్చ్ 2010, హైదరాబాద్.

తీసుకున్నారు. రాజకీయ పార్టీల నాయకత్వం లేకుండా ఉద్యమాన్ని నడపడం సాధ్యంకాదనే అవగాహన తెలంగాణ మధ్య తరగతి సమాజంలో నిండుగా జీర్ణించుకుపోయి ఉంది. దీన్ని బద్దలు గొడుతూ 2009 నవంబర్ చివరి వారం నుండి 2010 మార్చి వరకు రాజకీయ పార్టీలకు ధీటుగా పార్టీలను ప్రశ్నిస్తూ ప్రజలకు ఉద్యమ కార్యాచరణ ఇస్తూ ఉద్యమాన్ని టీఎస్‌జేఏసి నడిపించింది. ఇది విద్యార్థి రాజకీయాల్లోనేకాదు. మొత్తం రాజకీయ వ్యవస్థను ప్రభావితం చేసింది. విద్యార్థి జేఏసి గొంతులు నులమడం కోసం రాజకీయ పార్టీలు ఎల్లవేళల ప్రయత్నించాయి. అదే క్రమంలో పార్టీల నిజ స్వరూపం బయటపడి ప్రజల్లో చెడుపేరు రాకుండా తగిన ఎత్తుగడలను పాటించాయి. క్రింది స్థాయి కులాల నుండి ముఖ్యంగా మాల, మాదిగ, బీసీ కులాల నుండి అట్టడుగు వర్గాల నుండి ఎదిగి వస్తున్న నాయకత్వంతో భవిష్యత్‌లో ఏర్పడబోయే ప్రమాదాన్ని ముందే గుర్తించిన పార్టీలు విద్యార్థి ఉద్యమాన్నే తమ ప్రధాన శత్రువుగా నిర్ధారించుకున్నాయి. పెదాలపైకి నవ్వుతూ విద్యార్థుల ఉజ్వలమైన పోరాటాన్ని కీర్తించడం, త్యాగాలను ఆకాశానికి ఎత్తిపట్టడం, విద్యార్థులపై దాడులను ఖండించడం పరామర్శలు, కేసులు ఎత్తివేయాలని డిమాండ్ చేయడం చేశారు. వాస్తవంగా విద్యార్థి నాయకత్వానికి డబ్బు ఆశ చూపడం, నిర్బంధం, కేసుల భయం కలిగించడం కులాల వారీగా రెచ్చగొట్టడం, ఆర్థిక, రాజకీయ ప్రయోజనాలను చూపి ఒక వర్గంపై మరొక వర్గాన్ని ఉసిగొల్పి అనైక్యత సృష్టించి ఉద్యమాన్ని బలహీనపర్చడమనే పద్ధతిని అన్ని రాజకీయ పార్టీలు విధానంగా కొనసాగించాయి. “విద్యార్థుల పాత్రను, చారిత్రాక కర్తవ్యాన్ని గుర్తించడానికి రాజకీయపార్టీలు ప్రభుత్వం గుర్తించ నిరాకరించాయి. నిజానికి గ్రౌండ్‌లో ప్రభుత్వంతో యుద్ధం చేస్తున్న విద్యార్థులను కాదని రాజకీయ పార్టీలతో ప్రభుత్వం చర్చలు జరిపింది. విద్యార్థులను రాజకీయ ప్రతినిధులుగా గుర్తించడానికి ఇష్టపడని రాజకీయ పార్టీలు దీన్ని ప్రోత్సాహించాయి.

ఎన్నికలు - విద్యార్థి జేఏసి

“విశాల ప్రజానీకం ప్రజాస్వామిక డిమాండ్ లేదా ఆకాంక్ష పెట్టుబడిదారి లేదా బూర్జువా స్వభావంతో కూడిన నాయకత్వంలో ఆరాట పోరాటాల వల్ల నెరవేరిన సందర్భాలు చాలా అరుదుగా (అధికార రాజకీయాలకు అనివార్యమైన సందర్భాలు మినహాయిస్తే) కనిపిస్తాయి. కానీ నాలుగు దశాబ్ధాలుగా విద్యార్థులు ప్రత్యేక రాష్ట్రం కోసం ఓట్లు కూడా వ్యక్తీకరించే మార్గంగా భావిస్తున్నారనిపిస్తుంది. విద్యార్థులోని రాజకీయ అవగాహన సిద్ధాంతపరంగా బలమైన తాత్విక భూమిక లేకపోవడం

వల్ల సులభంగా విద్యార్థుల రాజకీయ పార్టీలకు వనరుగా మారుతున్నారు..

విద్యార్థులు ఎన్నికల ప్రచారానికి వస్తే విద్యార్థుల పోరాటానికి ప్రజల్లో ఉన్న ప్రతిష్ట ఉన్న కారణంగా ఓట్లు రాలుతాయని తెలంగాణ రాజకీయ నాయకులు భావిస్తున్నారు. కానీ రక్త తర్పణం చేసిన విద్యార్థుల త్యాగాలను దళారీ స్వార్థ పర రాజకీయ నాయకులకు తాకట్టు పెడుతున్నామని అర్థం చేసుకోలేకపోతున్నారు. ఎన్నికల ద్వారా తెలంగాణ రాష్ట్రం ఏర్పడదని తెలిసి కూడా ఉద్యమాన్ని బలోపేతం చేయడం వదిలి ప్రజలను మోసం చేస్తున్న రాజకీయ నాయకులతో చేతులు కలపడం ద్రోహం కాదా? ప్రజాస్వామిక తెలంగాణ అవగాహనతో పనిచేస్తున్న విద్యార్థులకు ఎన్నికలతో తెలంగాణ రాదనే స్పష్టత ఉన్నప్పటికీ బలంగా చెప్పుకోలేకపోతున్నారు. 2012లో చివరి నెలల్లో ఉస్మానియా విద్యార్థి పార్టీ పెట్టనున్నట్లు జరిగిన ప్రచారం విద్యార్థుల్లోని ఒక సెక్షన్‌కు ఎన్నికల రాజకీయాల పట్ల గల ఉత్సాహానికి నిదర్శనం.

ప్రజా ఉద్యమంతో అనుసంధానం

ఉస్మానియా యూనివర్సిటీకి ఉన్న ప్రతిష్ట వల్ల సమాజంలోని అనేక సంస్థలు, ప్రముఖ వ్యక్తులు, పూర్వకాల విద్యార్థులు అనేకమంది ఏదో ఒక సందర్భంలో యూనివర్సిటీతో సాధారణంగా సంబంధాలు కలిగి ఉంటారు. గతకాలంలో అకడమిక్, వ్యక్తిగత స్నేహ సంబంధాలు ఉన్నవారు. తప్ప రాజకీయ పరమైన కార్యక్రమాలు బయట సంస్థలు నిర్వహించలేదు.

విద్యార్థుల సమస్యలే కాకుండా అనేక రాజకీయ చర్చలకు, ఉద్యమాలకు కేంద్రంగా ఉన్న ఉస్మానియా యూనివర్సిటీలో రాజకీయ పార్టీలు తమ అనుబంధ సంఘాల ద్వారా పార్టీ రాజకీయ అవగాహనను ఎజెండాను అమలు పరిచే విధానం ఉండేది. ఒక రాజకీయ పార్టీల అనుబంధ సంఘానికి మరో పార్టీ నాయకత్వం ప్రత్యక్షంగా కలిసి కార్యాచరణ చర్చించడం ఎన్నడూ లేదు. వారి వారి ప్రణాళిక, నిబంధానావళి రీత్యా అది సాధ్యం కాదు. 2009 తెలంగాణ ఉద్యమ కాలంలో ఇది జరిగింది. వివిధ హక్కుల, మహిళ, దళిత, ఉద్యోగ ఉపాధ్యాయ విద్యార్థి ఉద్యమాలతో ప్రత్యక్ష సంబంధాలు నడిపాయి. కొన్ని సందర్భాలలో ఆయా పార్టీల అనుబంధ విద్యార్థి సంఘాలు కూడా పార్టీల నిర్ణయాలను ఉల్లంఘించి ఉద్యమాలలో పాల్గొన్న సంబంధాలు ఉన్నాయి. ఇటువంటి సందర్భాలలో ఆయా విద్యార్థి సంఘాలపై వారి పార్టీ విధానాలను అమలు చేయాలనే నిర్మాణ క్రమశిక్షణ కన్నా తీక్షణంగా ఉద్యమ అవసరాలను, డిమాండ్‌ను దృష్టిలో ఉంచుకొని పని చేయాలని

స్పృహ ఎక్కువ పని చేసింది.

2009 నాటికి ఉస్మానియా విద్యార్థి సంఘాలకు, విద్యార్థులకు బయట ప్రజా సంఘాలకున్న సంబంధం ఒక మేర మాత్రమే. డిసెంబర్ 1వ తేదీ నుండి విస్తృత ప్రజా మద్దతు రావడం ప్రారంభమైంది.

పోలీసు బలగాల స్వాధీనంలో ఉన్న క్యాంపస్ విద్యార్థులకు అండగా హైకోర్టు, సిటి సివిల్ కోర్టు, నాంపల్లి, రంగారెడ్డి కోర్టుల నుండి న్యాయవాదులు గేట్లను బద్దలు కొట్టుకొని రావడంతో ఒక్కసారిగా క్యాంపస్ ఉద్యమ స్వరూపం మారిపోయింది. విద్యార్థులకు మనం ఒంటరిగా లేం..బయట మనకు అండ వున్నదనే విశ్వాసం ఏర్పడింది.

ఆర్ట్సుకాలేజీ ముందు టెంట్ నడుస్తున్న కాలంలో ఎన్నడూ ఉద్యమంలో కనిపించని వ్యక్తుల నుండి మొదలుకొని సాధారణ తెలంగాణవాది వరకు భిన్న రకాలైన అనేకమంది ప్రముఖులు దీక్ష శిబిరానికి హాజరై మద్దతు పలికారు. శిబిరంలో ప్రతిరోజు తెలంగాణ రచయితలు, ముఖ్యంగా కవులు, కళాకారులు నిరంతరంగా ఉంటూ విద్యార్థుల్లో భాగమైనారు. ప్రజాసంఘాలు, మహిళాసంఘాలు దీక్షలోని విద్యార్థుల్లో విద్యార్థులయినట్లుగా మారారు. దీక్ష శిబిరానికి చేరుకోవడానికి పోలీసులు కల్పించే ఆటంకాలు అధిగమించి సరిహద్దు మార్గాల ద్వారా టెంట్ వద్దకు చేరుకునేవారు.

ఉద్యమాలలో గాయపడ్డ వారికి ఉచితంగా సత్వర వైద్య సహాయం అందించాలని డాక్టర్ల బృందాలు క్యాంపస్‌ను సందర్శించడంతో విద్యార్థుల్లో ఉద్యమంపై నమ్మకాన్ని పెంచాయి. హక్కుల సంఘాలు, ఏపీసీఎల్‌సి, హెచ్‌ఆర్‌ఎఫ్, పీయూసీఎల్ లాంటివి నిరంతరంగా సాగుతున్న హక్కుల ఉల్లంఘనపై మానవ హక్కుల కమిషన్‌కు ఫిర్యాదు చేయడం, అరెస్టయిన వారి గురించి ఆరా తీయడం పోలీసుల జులుం పై కోర్టులో అప్పీల్ చేయడం, విద్యార్థి సంఘాలతో, విద్యార్థులతో నిరంతరం సంభాషిస్తూ వారి క్రియాశీల మద్దతునందించారు.

తెలంగాణ ప్రాంతంలోని వివిధ ఉద్యోగ, ఉపాధ్యాయ డాక్టర్స్, లాయర్స్, విద్యాసంస్థలు, కొద్దిపాటి ధనికులు విద్యార్థులకు అవసరమయ్యే ఖర్చులకోసం ధారాళంగా విరాళాలు అందించారు. కోర్టుల్లో జామీనులు లేక ఇబ్బందుల్లో ఉన్న విద్యార్థులను విడిపించారు.

ఉస్మానియా విద్యార్థుల పోరాట పటిమ మరింత పెరగడానికి ఒక ప్రధాన కారణం అధ్యాపకులు కూడా అనేక మంది పరోక్షంగా కొంతమంది ప్రత్యక్షంగా విద్యార్థుల పోరాటానికి సంఘీభావం తెలిపారు. వీరితో క్యాంపస్ బయట అధ్యాపకులు కూడా ఉన్నారు. జర్నలిస్టులు క్యాంపస్ ఉద్యమానికి అందించిన మద్దతు ఉన్నతమైంది. పోలీసు బలగాలు ప్రవేశిస్తున్నాయని హాస్టల్స్ విద్యార్థులపైన లాఠీచార్జీ బాష్పవాయువు ప్రయోగం జరుగుతున్నదని ఏ చిన్న సమాచారం అందిన జర్నలిస్టులు వాలిపోయేవారు. దాదాపు వారంతా తెలంగాణకు చెందినవారే. సీమాంధ్ర మీడియా వాహనాలపై క్యాంపస్‌లో అనేక సందర్భాలలో దాడులు జరిగినా జర్నలిస్టులు, విద్యార్థుల మధ్య మాత్రం ఉద్యమ స్నేహం ఉంది. విద్యార్థులపై పోలీసుల దాడిని చిత్రిస్తున్న ప్రింట్, ఎలక్ట్రానిక్ మీడియా రిపోర్టర్స్ పైన ఫిబ్రవరి 14న జరిగిన బీభత్సమే జర్నలిస్టులు ప్రభుత్వానికి ఎంతగా కంటగింపు అయ్యారోనని అర్థం చేసుకోవడానికి సాక్ష్యం. ఉద్యమం ఉధృతంగా నడుస్తూ పోలీసుల దాడిని ఎదుర్కొంటున్న క్రమంలో మీడియా వాహనాలే ఆహారంతో పాటు ఇతర అవసరాలు తీర్చాయి. ఉద్యమ ఎత్తుగడలు రూపొందించడానికి జర్నలిస్టులు అందించిన సమాచారం అనేక పోరాట పిలుపుల్లో నిర్ణయాత్మకం అయినాయి.

ఉస్మానియా విద్యార్థులకు అన్నం, నీరు, కరెంటు బంద్ చేసినప్పుడు నిత్యం వేలమంది విద్యార్థులకు బయట నుండి ఆహారం అందించడం, నగరంలోని బస్తీలకు చెందిన ప్రజలు విద్యార్థుల కోసం ఆహారం తీసుకొచ్చి యిచ్చిపోవడం తెలంగాణ విద్యార్థి ఉద్యమంలో ఉద్వేగభరితమైన సన్నివేశం. లక్ష్యం కోసం సాహసవంతంగా పోరాడుతున్న వారికి సామాన్య ప్రజలు ఎంత అండనిచ్చారో మాణికేశ్వర్ నగర్ చరిత్రలో ఉదాహరణగా నిలిచిపోతుంది. వడ్డెర కులానికి చెందిన ప్రజలు అధికంగా ఇక్కడ నివసించడంతో దీనికి వడ్డెర బస్తీ అనే పేరు ప్రాచుర్యంలో ఉంది. 1930 కాలంలో ఏడవ నిజాం ఉస్మానియా విశ్వవిద్యాలయం కోసం ఆర్ట్స్ కాలేజీ తదితర శాశ్వత భవనాలను నిర్మాణం చేసేందుకు హైదరాబాద్ సంస్థానంలోని వివిధ జిల్లాల నుండి వేల మంది కూలీలను తీసుకొచ్చారు. అలా హైదరాబాబాద్ చుట్టూ ఉన్న మహబూబ్‌నగర్, నలగొండ, రంగారెడ్డి తదితర జిల్లాల నుండి వచ్చిన వడ్డెర కూలీలు ఇక్కడ వచ్చి స్థిరపడ్డారు. ఆర్ట్స్ కాలేజీ, ఓయూలోని విభిన్న భవనాల నిర్మాణం పూర్తయ్యాక ఇక్కడే స్థిరపడిపోయారు. అంజయ్య ముఖ్యమంత్రిగా ఉన్న కాలంలో ఉస్మానియా నిర్మాణంలో భాగస్వాములైన కార్మికులకు శాశ్వత నిర్మాణం కోసం భూములను కేటాయించడంతో ఇక్కడే స్థిరపడిపోయారు. అలా స్థిరపడిపోయిన

వాళ్లే తర్వాతి కాలంలో ఓయూలోని మెస్సులలో వర్కర్లుగా స్థిరపడ్డారు. అలా ఓయూకు వడ్డెర బస్తీ ప్రజలకు ఒక అవినాభావ సంబంధం ఏర్పడింది. ఆ బస్తీల్లో దాదాపు రెండు వేల మందికి పైగా నివసిస్తుంటారు.

వడ్డెర బస్తీ ఉస్మానియాను అనుకొనిఉండడం ఓయూ పూర్వ విద్యార్థులు, ఓయూ అడ్మిషన్ కోసం ఎదురు చూసే విద్యార్థులు, వివిధ పోటీ పరీక్షల కోసం సిద్ధపడుతున్న దాదాపు రెండున్నర వేలమంది విద్యార్థులు ఇక్కడ కిరాయికి రూమ్స్ తీసుకొని ఉంటున్నారు. కిరాయికున్న విద్యార్థులను బస్తీనుండి పంపాలని వారిని పట్టివ్వాలని పోలీసులు చేసిన ఒత్తిడిని దాడిని ప్రజలు వీరోచితంగా ప్రతిఘటించారు. ఎన్నిరకాల రాజకీయ ఒత్తిడులు నిర్బంధం ప్రయోగించిన ముఖ్యంగా మహిళలు పోలీసులకు అడ్డంగా నిలబడి విద్యార్థులను రక్షించారు. ఈ బస్తీ ప్రజల అశేష మద్దతూ భాగస్వామ్యం ఉస్మానియా పోరాటంలో ఎంతో ప్రాముఖ్యత గలది. ఒకవేళ మాణికేశ్వర్ నగర్ లాంటి మరో కొన్ని బస్తీలు అదే స్థాయి చైతన్యంతో ముందుకు వస్తే దాన్ని అణచివేయడం ప్రభుత్వంకు అసంభవంగా మారేది.

కవులు కళాకారులు, రచయితలు, మేధావులు, ఉపాధ్యాయ, ఉద్యోగ, కార్మిక, కర్షక, దళిత, ప్రజాసంఘాల నుండి విస్తృత మద్దతు సహకారం లభించింది. ఉద్యమంలో ఎత్తుపల్లాలను బట్టి ఒక్కోసారి కొంచెం తేడాలున్నప్పటికి ఆయా వర్గాల మద్దతులేకుండా ఉస్మానియా ఉద్యమం అంతగా జరిగి ఉండేదికాదు. స్వతంత్రత గల కార్యాచరణ ఓయూ జేఏసీ చేయగలిగింది అంటే బాహ్యాకారకంగా పనిచేసింది ప్రజా మద్దతు మాత్రమే. అంతర్గత వైరుధ్యాలు తలెత్తిన సమయంలో కూడా ప్రజాసంఘాలు అండగా ఉండి వారి సమస్యల పరిష్కారంకై కొంత మేరకు దోహదం చేశాయి. విద్యార్థి సంఘాలలో ఏర్పడ్డ చీలిక అధిగమించి ఐక్యత సాధించడానికి తెలంగాణలోని ప్రముఖ విద్యావేత్తలు, ప్రజాస్వామిక వాదులు, జర్నలిస్టులు తీవ్రంగా ప్రయత్నించారు.

ప్రజలు విద్యార్థులకు అందించిన సహకారం, ప్రోత్సాహం అసాధారణమైంది. జనవరి 17-2010 న ఉద్యమ నాయకత్వ వికేంద్రీకరణలో భాగంగా జరిగినప్పుడు సరైన ఎత్తుగడలు లేకపోవడం వల్ల అది టీఆర్ఎస్ ఎజెండాకు అనుకూలమైంది. ఆ 600కిలోమీటర్ల పాదయాత్రలో ప్రజలు పాలాభిషేకాలు, నీరాజనాలు, విరాళాలు అందించడం కడుపులో దాచుకోవడం, ఓయూ జేఏసీ పిలుపులందుకొని వీరోచితంగా పోరాటంలో దిగడం తెలంగాణ ఉద్యమ చరిత్రే కాదు, ప్రపంచ చరిత్రలో కూడా

అరుదైన విషయం. 1969 ఉద్యమంలో విద్యార్థేతర తెలంగాణ వాదులను ఉద్యోగ ప్రజాసంఘాలనుండి అందిన సహకారం పరిమితమైనదే. కాని 2009 ఉద్యమంలో విద్యార్థుల అద్భుత వీరోచిత ప్రతిఘటనలతో ప్రజల హృదయాలను గెలుచుకున్నారు. తెలంగాణ ఉద్యమాన్నే తమ చేతుల్లోకి తీసుకొని ఉద్యమంలో కీలకపాత్ర వహించి తెలంగాణ ప్రజలకే దిశా నిర్దేశం చేయగలిగారంటే విస్తృతమైన తెలంగాణ ప్రజల మద్దతు బాహ్యమైనది, ద్వితీయమైనది అయినప్పటికీ ఒక్కసారి అత్యంత ప్రధాన పాత్ర వహించింది.

విద్యార్థులపై రాజ్యం బహుముఖ దాడి

అణిచివేతలకు గురైతూనే తిరిగి తమ హక్కుల కోసం ఆకాంక్షల సాధన కోసం ఎగిసిపడే కెరటంలా తెలంగాణ విద్యార్థి ఉద్యమం కనిపిస్తుంది. రాజ్యం తెలంగాణ విద్యార్థి ఉద్యమాన్ని అణచడం కోసం, బలహీనపర్చడం కోసం అనేక రకాల ప్రయత్నాలను బహుముఖ కోణాలతో చేసింది. విద్యార్థి ఉద్యమంపై ఏ రూపంలో అణచివేత, నిర్బంధం జరిగినా ఉద్యమం మరొక కొత్త కొత్త రూపాలను సంతరించుకోవడం కనిపిస్తుంది. మిలియన్ మార్చ్ సందర్భంగా విద్యార్థులు ఇచ్చిన పిలుపును టీఆర్ఎస్ లాంటి ప్రాంతీయ పార్టీలు హైజాక్ చేయగా రాజ్యం అణచివేతకు దిగింది. మానుకోటలో సీమాంధ్ర ప్రాంతానికి చెందిన ఎంపీ పెట్టుబడిదారుడు వైఎస్.జగన్‌మోహన్‌రెడ్డి పర్యటన సందర్భంగా మొట్టమొదట బహిష్కరణ పిలుపునిచ్చింది ఉస్మానియా విద్యార్థులు. పోరాట క్షేత్రంలో పోలీసుల నిర్బంధానికి గురైంది విద్యార్థులు. 2011 ఫిబ్రవరి 21న చలో అసెంబ్లీ పిలుపుకు స్పందించిన విద్యార్థి లోకం పెద్ద ఎత్తున కదిలి చారిత్రాత్మకంగా అసెంబ్లీకి చేరుకున్నారు. ఆ సందర్భంగా ప్రభుత్వ అణచివేత కనీవినీ ఎరుగని విధంగా సాగింది. సహాయ నిరాకరణ ఉద్యమంలోను సకలజనుల సమ్మెలోనూ, వివిధ బందుల సందర్భంగా ఉస్మానియా విద్యార్థులు ప్రదర్శించిన పోరాటపటిమ, రాజకీయ చతురత వారిని ఉద్యమంలో అగ్రభాగాన నిలబెట్టాయి. ప్రజల నీరాజనాలు అందుకునే విధంగా చేశాయి. 2009 నవంబర్ 15న మొట్టమొదటి సారిగ్గా వామపక్ష, దళిత, మైనార్టీ విద్యార్థి సంఘాలతో ఆర్ట్స్ కాలేజీ ప్రాంగణంలో జరిగిన సమావేశం మొదలుకొని 2012 సెప్టెంబర్ నెలలో జరిగిన సాగరహారం వరకు విద్యార్థులు ప్రముఖ పాత్ర వహించని సందర్భం లేదు. అందున ఉస్మానియా విద్యార్థుల భాగస్వామ్యం కాని నాయకత్వం వహించని పోరాట కార్యక్రమం ఎక్కడా కనిపించదు. ఉస్మానియా విద్యార్థి జేఏసీలు, విద్యార్థి సంఘాలు వర్తమాన రాజకీయ

సమీకరణలపై తెలంగాణ పునర్నిర్మాణం ప్రజా దృక్పథం ఎలా ఉండాలనే అంశంపై ఉద్యమంలో శత్రువులు, ద్రోహులు అనుసరిస్తున్న అవకాశవాద ద్రోహపూరిత విధానాలపై ప్రతిరోజు అనునిత్యం స్పందిస్తూనే ఉన్నారు. ఉస్మానియా విశ్వ విద్యాలయం ఉద్యమాలకు కేంద్రంగా సామాజిక స్పృహకు సామాజిక బాధ్యతకు కేంద్రంగా మారడమే కాదు తెలంగాణ ప్రాంతంలోని అనేక విశ్వవిద్యాలయాలకు, గ్రామాలకు, పట్టణాలకు సమస్త ప్రజలకు నేటికీ ఒక ఉద్యమ కేంద్రంగానే ఉంది. భారతదేశ చరిత్రలో మహోజ్వలమైన చారిత్రక ఘట్టంగా తెలంగాణ ఉద్యమం నిలిచిపోతే దానిలో విద్యార్థి ఉద్యమ చరిత్ర అపూర్వమైనది.

ఈ మూడు సంవత్సరాల ఉద్యమ కాలంలో విద్యార్థులకు, పోలీసు బలగాలకు మధ్య జరిగిన తోపులాటలు, ఘర్షణలు కనిపించినా రాజ్యం విద్యార్థి ఉద్యమాన్ని రాజకీయ శక్తిగా మారకుండానే బీజ ప్రాయంలోనే నులిమి వేయాలని తీవ్ర ప్రయత్నాలు కొనసాగించినట్లు గడిచిన చరిత్ర బుజువుచేస్తున్నది. ఉద్యమాన్ని అణిచివేసేందుకు ప్రముఖంగా నిర్బంధాన్ని రాజ్యం ఎంచుకున్నప్పటికీ అది బహుముఖంగా సాగింది. విద్యార్థులపై, విద్యార్థి నాయకత్వంపై సామ, దాన, బేధ, దండోపాయాలు ప్రయోగించబడ్డాయి. ఆధునిక, రాజకీయ పరిభాషలో చెప్పాలంటే ప్రపంచ వ్యాప్తంగా విప్లవోద్యమాలప్పై, జాతుల పోరాటాలపై, ప్రజాస్వామిక ఉద్యమాలప్పై, ఆధిపత్య దోపిడి పాలకవర్గాలు అనుసరించే ఎల్.ఐ.సి (లో ఇన్‌టెన్‌సిటీ కాన్‌ఫ్లిక్ట్) వ్యూహం అమలు చేయబడింది. ఒకవైపు అణచివేతలో భాగంగా

1.ఉస్మానియా క్యాంపస్ చుట్టూ ముళ్ళ కంచెలు వేయడం, చిన్న ప్రదర్శన జరిగిన పెద్ద సంఖ్యలో ఆరు నుండి ఎనిమిది వేల వరకు పారామిలటరీ బలగాలను దింపి లాఠీచార్జీ చేయటం, భాష్పవాయువు ప్రయోగించటం, రబ్బరు బుల్లెట్లను కాల్చడం మొదలైన చర్యలకు పాల్పడడం.

2.నిరంతరం పోలీసు పహారాతో దిగ్బంధించటం. గ్రేహౌండ్స్ బలగాలను క్యాంపస్‌లోకి పంపటం.

3.గుర్తింపు కార్డులు అడుగుతూ బెదిరించటం.

4.సాయంత్రం, రాత్రి వేళల్లో మహిళా విద్యార్థులు హాస్టల్ విడిచి బయటకు రావడానికి, తిరిగి హాస్టల్‌కి వెళ్ళడానికి అనేక రకాల ఆటంకాలు కలిగించడం.

5.విద్యార్థి నాయకులపై వంద నుండి నూటయాభై వరకు కేసులు నమోదు చేయడం అలా నమోదు చేయబడ్డ అక్రమ కేసులలో ఎప్పుడు ఎవరిని ఎక్కడ అరెస్టు చేస్తారో తెలియని భయంలోకి నెట్టివేయడం.

6.కారణం చెప్పకుండా అరెస్టు చేసి రోజుల తరబడి పోలీస్‌స్టేషన్‌లలో నిర్బంధించడం, ఒక స్టేషన్ నుండి మరొక స్టేషన్‌కు తరలించి విద్యార్థులను భయభ్రాంతులకు గురిచేయడం, విడుదలకు ప్రయత్నిస్తున్న వారిని అయోమయానికి గురిచేయడం.

7.అరెస్టు చేయబడి జైళ్లలో ఉన్న తోటి విద్యార్థులను కలుసుకోవడం కోసం ములాఖత్‌కు వెళ్ళిన విద్యార్థులను అక్కడే అరెస్టు చేసి తిరిగి జైళ్ళకి పంపడం, తీవ్రంగా కొట్టడం.

8.విద్యార్థులు చేపట్టిన వివిధ ఆందోళన సందర్భంగా ప్రధాన నాయకత్వాన్ని, పోలీసులకు లొంగిపోకుండా స్వతంత్రంగా పనిచేస్తున్న వారిని లక్ష్యంగా పెద్ద ఎత్తున పది నుండి ఇరవై మంది వరకు ఒకేసారి చుట్టూ ముట్టి విపరీతంగా కొట్టటం, వారిని సీసీఎస్‌కు తరలించడం (సెంట్రల్ క్రైమ్ స్టేషన్).

9.ఇలాంటి అణచివేతల చర్యలతో పాటు విద్యార్థుల తల్లిదండ్రులను భయభ్రాంతులకు గురిచేసే విధంగా పోలీసులు ప్రవర్తించడం.

10.విద్యార్థి నాయకుల తల్లిదండ్రులకు మీ పిల్లలను ఉద్యమంలో పాల్గొనకుండా చూడాలని కౌన్సిలింగ్ చేయడం.

11.విద్యార్థి నాయకుల ఇళ్లలోకి వెళ్ళి భీభత్సం సృష్టించడం.

12.ఎన్‌కౌంటర్ చేస్తామని బెదిరించటం, సాధారణ విద్యార్థుల సెల్‌ఫోన్ సైతం ట్యాపింగ్ చేయడం నిత్యం వారిని అనుసరిస్తూ నిఘా పెట్టటం.

13.కరెంటు సరఫరా నిలిపివేయటం, ఉద్యమ పిలుపుల సందర్భంగా నీటి వసతిని ఆపివేయటం. పోలీసుల ఆజ్ఞలను ధిక్కరించి హాస్టల్స్‌కు కరెంటు సరఫరా చేసినందుకు రాఘవరెడ్డి అనే యూనివర్సిటీ ఉద్యోగిని అరెస్టు చేసి జైలుకు పంపారు. ఆర్ట్స్ కళాశాల ముందు టెంట్‌వేసుకోవడానికి ఇచ్చాడని నెపంతో శ్రీనివాస్‌రెడ్డి అనే టెంట్ హౌస్ యజమానిపై కేసు పెట్టి జైలుకు పంపారు.

14.ఓయూ క్యాంపస్‌తో నగరంలో సైఫాబాద్ పీజీ కాలేజ్, నిజాం కాలేజ్

సికింద్రాబాద్ పీజీ కాలేజ్ మొదలైన విద్యార్థి కేంద్రాలను అనుసంధానం కాకుండా నిరంతరం ఆయా కళాశాల విద్యార్థులను తీవ్ర భయాందోళనలకు గురిచేస్తూ అణచివేయడం, అక్రమకేసులు బనాయించడం.

15.ఉస్మానియా ఉద్యమానికి తెలంగాణలోని మిగతా విశ్వవిద్యాలయాలు కాకతీయ, పాలమూరు, శాతావాహన, తెలంగాణ, మహాత్మాగాంధీ, హెచ్‌సీయూ మొదలైనవి అనుసంధానం కాకుండా వీటి మధ్య సమన్వయం ఏర్పడకుండా పోలీసులు, ప్రభుత్వము వ్యూహం ప్రకారం పనిచేశాయి.

16.ఒక్కొక్క హాస్టల్‌లో సుమారుగా పది నుంచి ఇరవై మంది వరకు మఫ్టీ పోలీసులు, ఇంటెలిజెన్స్ పోలీసులు ప్రవేశించారు. నూతనంగా పోలీసు ఉద్యోగాల కోసం ప్రయత్నిస్తున్న విద్యార్థులను ఇన్‌ఫార్మర్‌లుగా ప్రభుత్వం వాడుకుంది.

17. సీసీ కెమెరాలు క్యాంపస్‌లోని నలుమూలలో ఏర్పాటు చేయడం ద్వారా విద్యార్థుల యొక్క నిత్యకార్యక్రమాలు పోలీసుల కనుసన్నలలో జరిగే పరిస్థితి కల్పించారు.

18.ఓయూలో నూతనంగా చెక్‌పోస్టును ఏర్పాటు చేయటం వల్ల క్యాంపస్ విద్యార్థులు కూడా సాధారణంగా ప్రవేశించలేని పరిస్థితి కల్పించారు. పోలీస్ స్టేషన్ నిర్మాణం అత్యంత పకడ్బందీగా సెంట్రీపోస్టులతో చుట్టూ పహరీతో భారీ ఎత్తున నిర్మాణం చేసి (నక్సల్స్ ప్రభావిత ప్రాంతాలలో వలే) శాంతి భద్రతల పరిస్థితి అధ్వానంగా ఉందనే సంకేతం ఇస్తున్నారు.

19.అందుబాటులో వజ్ర వాహనాన్ని మొబైల్ కెమెరాల గల వాహనాన్ని ఉంచుకొని సరిహద్దులో యుద్ధ భూమిపై నిలుచున్న సైనికుల వలే ఉత్తరభారతదేశానికి చెందిన బలగాలుంటున్నాయి. క్యాంపస్‌లోకి సిటీ బస్సులను ప్రవేశించకుండా విద్యార్థులను ఇబ్బందులకు గురిచేశారు. కేసులు బనాయించటం, అక్రమంగా నిర్బంధించటం, లాఠీ చార్జి చేయటం, థర్డ్ డిగ్రీ టార్చర్ చేయటం, జైళ్లలో నిర్బంధించటం మొదలుకొని మంచి నీటి సరఫరా కరెంటు సరఫరా నిలిపివేసేవరకు ఎన్ని రకాల అవకాశాలు ఉన్నాయో అన్ని రకాలుగా విద్యార్థులను తీవ్ర నిర్బంధానికి, అణచివేతకు ప్రభుత్వం గురిచేసింది. ఇవే కాకుండా

20.విద్యార్థులను ఉద్యమం నుండి దారి మళ్లించడానికి ఉద్యోగాలు ఆశచూపింది.

21. ఏబీవీపీ లాంటి విద్యార్థి సంఘాలను, పోలీసుల ప్రోత్సాహంతో పనిచేసే

విద్యార్థి సంస్థలను ఉద్యమానికి వ్యతిరేకంగా, విద్యార్థి నాయకత్వానికి వ్యతిరేకంగా రెచ్చగొట్టింది.

22. రకరకాల మారు పేర్లతో విద్యార్థి ఉద్యమాన్ని బలహీనపర్చే విధంగా పలు రకాల ఆరోపణలతో విద్యార్థి నాయకత్వంపై రహస్యంగా కరపత్రాలను పంచారు. విద్యార్థులు ఉద్యమంలోకి వచ్చి అనవసరంగా త్యాగాలు చేయవద్దంటూ విద్యార్థి నాయకత్వం అక్రమాలకు అవినీతికి పాల్పడుతున్నారంటూ తమ వద్ద తగిన సమాచారం ఉందంటూ పోలీసులు నిరంతరం ప్రచారం సాగించారు. దీని ద్వారా సాధారణ విద్యార్థుల్లో నాయకత్వాన్ని నైతికంగా దెబ్బతీయటం, వారి పట్ల విశ్వాసాన్ని సన్నగిల్లే విధంగా చేయటం ప్రభుత్వ వ్యూహం.

23. ఉస్మానియా విద్యార్థి ఉద్యమంలో నాయకత్వంగా గానీ, కార్యకర్తలుగా గానీ దళిత విద్యార్థుల సంఖ్యే గణనీయం. విద్యార్థులను కులాలవారీగా విడదీసే కుట్రను ఒక పథకం ప్రకారం చేశారు. వారిలో గల మిత్ర వైరుధ్యాలను పరస్పర వ్యతిరేకంగా తయారు చేశారు. దళిత విద్యార్థి ఉద్యమకారులను అణచేందుకు పాలకులూ దళిత పోలీసు అధికారులనే ఓయూ కేంద్రంగా నియమించారు. విద్యార్థులపై లాఠీచార్జీ చేసిన డీసీపీ స్టీఫెన్ రవీంద్ర, పర్యవేక్షకుడిగా ఉన్న ఐజీ ఆర్ఎస్ ప్రవీణ్ కుమార్ ఇద్దరూ దళితులే. ఒక దళితుడు స్టీఫెన్ రవీంద్ర శాంతియుతంగా ఉద్యమిస్తున్న విద్యార్థులమీద దాడి చేస్తే, మరొక దళితుడైన ప్రవీణ్ కుమార్ శాంతి కమిటీ పేరుమీద విద్యార్థులనూ, అధ్యాపకులను బుజ్జగించే పనిని పాలకులు వారిద్దరికీ అప్పగించారు. తద్వారా విద్యార్థులను కులాల పేరుతో విడదీసే, పోలీసు ఉద్యోగాల ఆశజూపి వారిని ఇన్ఫార్మర్లుగా మలచుకునే, డబ్బు ఆశతో లొంగదీసుకునే ప్రయత్నం చేశారు.

24. హక్కుల కమీషన్, హైకోర్టు ఇచ్చిన ఉత్తర్వులను ఏమాత్రం లెక్కచేయకుండా పోలీసులు క్యాంపస్‌లోకి ప్రవేశించి శిబిరాలను నిర్మించారు. ఈ విషయంపై వైస్‌ఛాన్సలర్ సైతం తమ అనుమతి లేకుండా పోలీసులు క్యాంపస్‌లోకి ప్రవేశిస్తున్నారని చెప్పాడు.

25. ఈ పరిస్థితులు ఇలా ఉద్రిక్తంగా ఉండగానే ప్రభుత్వమే శాంతి కమిటీని ఏర్పాటు చేసి తద్వారా ఉద్యమంలోకి విద్యార్థులను చురుకుగా పాల్గొనకుండా ప్రయత్నం చేసింది.

1969 విద్యార్థి ఉద్యమానికి 2009 విద్యార్థి ఉద్యమానికి కొంత సారూప్యత

కనిపించినా మౌలికమైన తేడాలు కూడా గమనించవచ్చు. ఉద్యమంలో విస్తృతి ఉన్నప్పటికి రాజ్యవ్యతిరేక స్వభావం కలిగి ఉన్నప్పటికీ 69 ఉద్యమం కంటే 2009 పోరాటంలో మిలిటెన్సీ తక్కువగా కనిపిస్తుంది. ముఖ్యంగా నాయకత్వం బలహీనత అనైక్యత, స్వల్ప ప్రయోజనాలకు ఉద్యమాన్ని వాయిదా వేసుకోవడం, వ్యూహం ప్రకారం కాకుండా స్పాంటెనిస్ కార్యక్రమాలు చేపట్టటం, మీడియో మోజులో పడిపోవడం మొదలైనవి ఉన్నాయి. రాజ్య అణచివేతలో కూడా 1969 ఉద్యమంలో ప్రయోగించిన ఎత్తుగడలను వర్తమాన విద్యార్థి ఉద్యమాన్ని బలహీనపర్చడం కోసం అమలు జరిపినట్లు స్పష్టంగా గమనించవచ్చు. నాటి ఉద్యమాన్ని బలహీన పర్చడానికి రాజ్యం అవలంభించిన ఎత్తుగడలను గురించి దాగ్మార్ బెర్న్ స్టాఫ్ మాటల్లో చెప్పాలంటే "ఉద్యమం మొదలైన చాలా నెలలకు గానీ అక్కడ ఓ సమస్య ఉందని గుర్తించి ఉద్యమ నాయకులకు ఆకర్షణీయమైన వాగ్దానాలు చేయటం ద్వారా తమ వైపుకు తిప్పుకోవడానికి ప్రయత్నించారు. తెలంగాణ ఉద్యమంలో క్రియాశీలకంగా పనిచేస్తున్న ఒక నాయకుడ్ని కేంద్ర మంత్రిగా చేస్తానని లోబర్చుకోచూశారు. అయినా లొంగకపోతే డిప్యూటీ ముఖ్యమంత్రి పదవిని ఎరచూపారు. అయినప్పటికీ లొంగకపోతే ఆ నాయకుని భూమి మునిగిపోయే విధంగా సాగునీటిని వదిలే ఏర్పాటు చేశారు. అదే విధంగా విద్యార్థి ఉద్యమంలో చురుకుగా వున్న విద్యార్థులను విదేశీ చదువు అవకాశాలతో లోబర్చుకునే ప్రయత్నం చేశారు. (దాగ్మార్ బెర్న్ స్టాప్ ఆంధ్రప్రదేశ్ రాజకీయ వ్యవస్థ తెలంగాణ రాజకీయాలు పేజి.27,హెచ్.బి.టి 1997) పైన ఉదహరించిన బహుముఖ వ్యూహంలో భాగంగా జరిగిన అణచివేత, వక్రీకరణ, దాడి, లోబర్చుకోవడం మొదలైన పద్ధతులు 1969 ఉద్యమ కాలం నుండి పాలకవర్గాలు నేటి ప్రత్యేక తెలంగాణ విద్యార్థి ఉద్యమం వరకు అనుసరిస్తున్నవే. 2009 ఉద్యమంలో రాజ్యం మరింత వ్యూహాత్మకంగా వ్యవహరించింది.

విద్యార్థుల బలిదానాలు-రాజ్యం పాత్ర..

తెలంగాణ చరిత్రలో ఒక రాజకీయ లక్ష్యాన్ని సాధించడానికి ఆత్మహత్య చేసుకున్న దాఖలాలు కనిపించవు. ఆత్మహత్యల సంస్కృతి శ్రీకాంతాచారితో ప్రారంభమైంది. జనవరి 18న ఉస్మానియా యూనివర్సిటీ క్యాంపస్‌లో ఠాగూర్ ఆడిటోరియం దగ్గర ఎంబీఏ విద్యార్థి వేణుగోపాల్‌రెడ్డి ఆత్మహత్య చేసుకోవడం సంచలనం అయ్యింది. ఫిబ్రవరి 21న ఎన్‌సిసి గేటు వద్ద యాదయ్య అనే విద్యార్థి

తనకు తాను నిప్పంటించుకొని పోలీసులపైన దూకే ప్రయత్నం చేయడం బలిదానాల్లో నూతన కోణం. వీరే కాకుండా ఉస్మానియా వేదికగా ఇషాంత్‌రెడ్డి, సాయికుమార్, సంతోష్‌లు బలిదానాలకు పాల్పడ్డారు. ఇప్పటికి తెలంగాణ వ్యాప్తంగా సుమారుగా 1000మందికి పైగా విద్యార్థులు యువత ఆత్మహత్యలు చేసుకున్నారు. రాజకీయ వ్యవస్థ, ఉద్యమ నాయకత్వం సమిష్టి వైఫల్యం కారణంగా వ్యక్తులుగా తాము ఏదో ఒకటి చేసి ఉద్యమాన్ని ఉవ్వెత్తున లేపాలని, కొనసాగించాలని ఆలోచించడమే బలిదానాలకు కారణం కాగా దీనిపై తెలంగాణ సమాజంలో భిన్నమైనటువంటి వాదనలు ముందుకు వచ్చాయి. "బలిదానాల వెనుక బలమైన రాజకీయ కారణాలు ఉన్నాయి. ఆత్మహత్య అంటే దాని వెనుక బలమైన నిస్సహాయత వుంది. ఆ నిస్సహాయత ఏ దౌర్భాగ్య రాజకీయ పరిస్థితుల్లో వచ్చిందో దాన్ని బట్టి ఆ ఆత్మహత్యలను హత్యలని కూడా అంటున్నారు. అవి ఆత్మహత్యలుగా ఎందుకు మారిపోయాయి. బలవన్మరణాలా? ఆత్మహత్య తనకు తాను తీసుకున్న నిర్ణయమా? ఇలాంటి నిర్ణయం తీసుకునేందుకు దారితీసిన రాజకీయ పరిస్థితులా అనే విషయాన్ని ఆలోచించాలి. ఈ అంశంపై చర్చలు జరిగాయి. జరుగుతూనే ఉన్నాయి. ఇంకెన్నాళ్లు జరుగుతాయో అని భయం కలుగుతుంది. ఇప్పుడు రాజకీయ వ్యవస్థ పతనం చూస్తున్నాం స్థూలంగా ఈ నేపథ్యాన్ని బట్టి చూస్తే రాజకీయ అధికారానికి, పెట్టుబడికి ఉన్న సంబంధాలు ఈ రోజు ఎంత బలంగా ఉన్నాయంటే ప్రజాస్వామ్యానికి విలువలేకుండా పోయింది."[19] సామాజికంగా వస్తున్న మార్పులు ఇందుకు కారణం. కేసీఆర్ తల నరుక్కుంటానని మాట్లాడుతూ భావోద్వేగాలను నింపాడు. చావుల పరంపర ప్రారంభమైంది. చావులను అమరత్వంగా, గొప్పగా కీర్తించే పరిస్థితి ఉంది. దీన్ని రాజకీయ నాయకులు కావాలని ప్రోత్సహిస్తున్నారు. స్వాతంత్ర్య ఉద్యమంలో భగత్‌సింగ్ చెప్పినట్టు టీఆర్‌ఎస్ గానీ ఉద్యమ సంస్థలు గానీ "ఆత్మహత్యలు పిరికి చర్య" అని చెప్పే ప్రయత్నం చేయలేదు. చేయకపోగా ఆత్మహత్యలు జరిగినప్పుడు వాటి ద్వారానైనా ఉద్యమాన్ని ఉధృతం చేయాలనే సంకల్పం నాయకత్వంలో కనిపించింది.

ప్రధానంగా ఆత్మహత్యలు ఎస్సీ, ఎస్టీ, బీసీ కుటుంబాల నుండే జరుగుతున్నాయి "ప్రతీ ఆత్మ బలిదానం హత్య వెనుక, అరెస్టు వెనుక, నిర్బంధం వెనుక అధికారం చేజిక్కించుకునే వెలమ కులం వుంది. అందులో భాగంగానే ఈ బలిదానాలు

19. జి.కృష్ణారెడ్డి, ఆత్మహత్యలపై ప్రత్యేక సంచిక, టీఆర్‌సీ చర్చ, 1 ఫిబ్రవరి 2013

జరుగుతున్నాయి. ఈ సత్యాన్ని చారిత్రకంగా, శాస్త్రీయంగా విశ్లేషించడంలో ఉద్యమకారులు ఉద్యమ సంస్థలు విఫలమయ్యాయనడంలో సందేహం లేదు. "థియరీ ఆఫ్ ద సోషియాలజీ ఆఫ్ సూసైడ్స్" అనే పుస్తకంలో ఆనాటి జర్మనీ క్రైస్తవ సమాజ విశ్లేషణ వుంది. దాని వెలుగులో చూస్తే" 19వ శతాబ్దంలో జర్మనీలో ప్రొటెస్టంట్స్‌లో ఎక్కువ, కేథలిక్స్‌లో తక్కువ. ఆ రెండింట్లోనూ పురుషుల్లో ఎక్కువగా ఆత్మహత్యలు జరిగాయి. మహిళలు తక్కువ చనిపోవడానికి కారణం వారు తమ బాధలను ఇతరులతో పంచుకోగలగడం ఒంటరిగా ఉన్నవారిలో ఎక్కువ, యుద్ధ సమయాల్లో తక్కువ. యుద్ధం లేనప్పుడు ఎక్కువగా ఆత్మహత్యలు జరిగాయి. మనిషి తీవ్ర ఆవేదనకు గురవుతున్నప్పుడు ఆత్మహత్యకు పాల్పడుతాడు. ఆ సమయంలో అతడిని అక్కున చేర్చుకుంటే ఆత్మహత్యలను ఆపవచ్చు. నేటి ఉద్యమాలతో ఆత్మహత్యలను అడ్డుకునే ప్రయత్నాలు ఏ నాయకత్వంలోనూ కానరావడంలేదు. ఈ మధ్య కాలంలో అస్థిత్వ వాదనలు బలంగా వస్తున్న తరుణంలో అవి కేవలం ఒక భిన్నత్వాన్ని కలిగి ఉన్నవని, రాజకీయ స్వభావం లేనివని అంటున్నారు. ఈ కుల వాదాలు మండల్ కమీషన్ తరువాత వచ్చిన నూతన చైతన్యంతో వచ్చినవి. మరీ ముఖ్యంగా ఓబిసి రిజర్వేషన్ల కారణంగా ఓబిసీలు విద్యావ్యవస్థలోకి వచ్చారు. 1990లలో నూతన సామాజిక రాజకీయ ఉద్యమాలుగా ఇవి పరివర్తన చెందాయి. 1996 రెండో విడతగా తెలంగాణ ఉద్యమం వచ్చింది. అది సామాజిక మార్పు కోసం జరుగుతున్న రాజకీయ ప్రజాస్వామిక ఉద్యమం. అస్థిత్వ ఉద్యమాలన్నీ ఇందులో భాగమయ్యాయి. బడుగు, బలహీన కులాలు, ఆదివాసీలు, మైనారిటీలు ఇందులో చేరాయి. తెలంగాణ కోసం ఉద్యమించడమంటే దామాషా ప్రాతిపదికన అధికారం కోరుకోవడం.ఆత్మ బలిదానాలకు కారణాలు పరిశీలిస్తే మనిషి ఒంటరివాడు కావడం ప్రధానమైందని చెప్పవచ్చు. 90వ దశకంలో సరళీకరణ విధానాల అమలుకు కొనసాగింపుగా అనుసరించిన ప్రైవేటీకరణ, ప్రపంచీకరణలు సమాజాన్ని ప్రభావితం శాయి. అదిప్పుడు సామాజిక ఉద్యమాలలో కూడా ప్రతిఫలిస్తోంది. ఈ వ్యవస్తీకృతమైన వ్యక్తివాదం, ఎస్సీ, ఎస్టీ, ఓబీసిలను వ్యవస్తీకరించడమనేది వ్యవస్తీకృతమైన పాలక వర్గాలకు, వ్యవస్తలో భాగంయ్యేందుకు పోటీ పడుతున్న వారికి మధ్య భారీ వైరుధ్యాన్ని సృష్టించింది. ఒకవైపు పెట్టుబడిదారీ విధానపు ఆర్థిక నిర్ణయాత్మకత, మరోవైపు బ్రాహ్మణవాదపు సాంస్కృతిక ఆధిపత్యం SC, ST మరియు OBC వర్గాల నుండి వచ్చిన దాని వ్యతిరేక ధోరణులు ఈ వర్గాలలో సామాజిక మాంద్యం, ఆత్మహత్యల రూపంలో భారీ హింసకు దారితీశాయి.

ఇవన్నీ బ్రాహ్మణ ఆధిపత్య పోషణ కోసం జరుగుతున్న రాజకీయ హత్యలు.[20] తెలంగాణ రాష్ట్రం ఏర్పడితే వెంటనే లబ్ధి పొందే వర్గం నుండి ఈ నాటికి ఎవరూ ఆత్మహత్యలు చేసుకోలేదనేది గమనించదగ్గ విషయం. రాజ్యం మొదటి దశలో ఆత్మహత్యలు చూసి భయపడ్డా తరువాత దాని ప్రయోజనాలనే భావించింది. ఆత్మహత్యను ఆత్మరక్షణ దాడిగా మార్చి పోలీసుల మీదికి దూకే ప్రయత్నం చేసింది 2011 ఫిబ్రవరి 21న ఎన్‌సీసీ గేట్ కాడ యాదయ్య ఒక్కడే.

"ఉద్యమంలో చీలికలను, పేలికలను, విచ్ఛిన్నకర భిన్న స్వరాలను అధిగమించి తెలంగాణ పోరాటాన్ని మరింత ఉధృతం చేయడం నేడు మనందరి కర్తవ్యం. తెలంగాణ ప్రజల చైతన్యానికి ఆవేదనకు, అసంతృప్తికి పరిష్కార మార్గాన్ని చూపించే దిశగా రాజకీయ పక్షాలతో పాటుగా ఉద్యమ పక్షాలు కూడా వైఫల్యాలు చెందడం వల్ల నేడు తెలంగాణలో ఆత్మహత్యల పరంపర కొనసాగుతూనే ఉన్నది. ఈ ఆత్మహత్యల సంస్కృతి నుండి ఉద్యమకారులను పోరాట పథంలోకి మళ్ళించడం నేటి మన తక్షణ కర్తవ్యం"గా నిర్వచించుకొన్నప్పటికీ ఆత్మహత్యల పరంపర ఆగలేదు.[21]

విద్యార్థులు రాజకీయాల్లోకి రావడం అనేది చదువుల వల్ల, జ్ఞానం వల్ల యుక్త వయసులోని స్వప్నాలు, ఆదర్శాల వల్ల తరగతి మొదలు విశ్వవిద్యాలయ ఆవరణ వరకు జరిగే కులమూ, వర్గమూ, మతమూ, లింగమూ, ప్రాంతము మొదలైన చర్చలు సమాజంలో ఉండే సంఘర్షణ ప్రభావం వల్ల జరుగుతుంటుంది. సమకాలీన సమస్యల పరిష్కారం కోసం అన్వేషిస్తుంది. అనేక సందర్భాల్లో 1969, 2009లో ఉవ్వెత్తున ఎగిసిపడి మహోజ్వల పోరాట చరిత్ర లభించిన తెలంగాణ విద్యార్థి ఉద్యమ చరిత్ర ఈ కోవలోనిదే. 2009 నవంబర్ ఓయూ జేఏసి నిర్మాణానికి, ఉద్యమం రగలడానికి ఫ్రీజోన్ అంశం తక్షణంగా ఉపయోగపడింది. వేలాది జేఏసిల నిర్మాణానికి, ఉజ్వల పోరాటానికి ఓయూ జేఏసి, టీఎస్ జేఏసి స్ఫూర్తినిచ్చింది. ప్రపంచీకరణ యుగంలో పోరాటాలు సాధ్యమనే విషయాన్ని సమాజానికి ఓయూ జేఏసీ చాటి చెప్పింది. అట్టడుగు కులాల కింది వర్గానికి చెందినవారు నాయకత్వంలోకి రావడాన్ని అప్పటికే అస్థిత్వం ఉన్న రాజకీయ పార్టీలు ఎలా అడ్డుకుంటాయో జేఏసి విచ్ఛిన్నం ఉదాహరణ. సామాజిక పరిస్థితిని

20. కోటేశ్ దేవులపల్లి, ఆత్మహత్యలపై ప్రత్యేక సంచిక, టీఆర్‌సీ చర్చ, ఫిబ్రవరి 1, 2013
21. కోటేశ్ దేవులపల్లి, ఆత్మహత్యలపై ప్రత్యేక సంచిక, టీఆర్‌సీ చర్చ, ఫిబ్రవరి 1, 2013

ఉపయోగించుకొని బూర్జువా పార్టీలు ఆత్మహత్యలకు ఎలా ప్రేరేపించగలరో వాటిని ఎలా రాజకీయ లబ్ధికి వాడుకోగలరో ఈ ఉద్యమం కళ్లకు కట్టింది. పోరాడితే సాధించగలమనే ధీమాను డిసెంబర్ 9-2009 ప్రకటన కలిగించింది. పోరాట ప్రక్రియ మార్గంలో నిర్మాణయుతంగా, ఏకోన్ముఖంగా ముందు చూపుతో సాగకపోతే విజయాలు ఎలా కోల్పోవాల్సి వస్తుందో డిసెంబర్ 23,2009 ప్రకటన నిరూపించింది.

విద్యార్థి ఉద్యమ సమీక్ష

భారత సామాజిక ఉద్యమాల చరిత్రలో ముఖ్యంగా విద్యార్థి ఉద్యమ చరిత్రలో తెలంగాణ విద్యార్థి ఉద్యమం గుర్తుండిపోతుంది. నిజానికి విద్యార్థి ఉద్యమానికి పరిమితులున్నా, సామాజిక మార్పుకు దోహదపడే సమూహాల్లో విద్యార్థి సమూహం ఒక్కటి. తెలంగాణ విద్యార్థి ఉద్యమంపై చేసిన ఈ పరిశోధన కేవలం విద్యార్థులకు సాధారణంగా ఉండే లక్షణాన్నే కాకుండా సామాజిక ఉద్యమాల్లో వాళ్ళు పోషించిన పాత్రనూ విశ్లేషిస్తుంది. ఈ పరిశోధన ఉస్మానియా యూనివర్సిటీలో 2009 నుండి జరిగిన విద్యార్థి ఉద్యమ వెలుగులో నడుస్తుంది. ఉస్మానియా యూనివర్సిటీ విద్యార్థి ఉద్యమానికి ఉన్న పోరాటాల చరిత్ర వలన అది వివిధ భావజాలాలకు వేదికగా ఉంటూ తెలంగాణ ఉద్యమానికి భిన్న దృక్పథాలను ఇచ్చింది. విశాల ప్రజారాశులను ప్రభావితం చేసి తెలంగాణ ఉద్యమంలో కలుపుకుని పోవడం ద్వారా ఉస్మానియా యూనివర్సిటీ విద్యార్థి ఉద్యమం తెలంగాణ పదిజిల్లాల్లో వివిధ యూనివర్సిటీల్లో, కాలేజీల్లో చదువుతున్న విద్యార్థుల దాక తన నెట్వర్క్‌ని విస్తరించుకుంది. నిజానికి అన్ని సామాజిక వర్గాల సమూహంగా విద్యార్థులు ఉన్నప్పటికీ విద్యార్థి వర్గాన్ని పెటీ బూర్జువా వర్గంగా భావిస్తారు. కాని, తెలంగాణ విద్యార్థులు, ముఖ్యంగా ఉస్మానియా యూనివర్సిటీ విద్యార్థులు, విద్యార్థులకు ఉండే ఈ సాధారణ లక్షణానికి భిన్నంగా ఉన్నారు. ఈ విద్యార్థులు దాదాపుగా

తెలంగాణలోని వ్యవసాయ కూలీల కుటుంబాల నుండి వచ్చినవాళ్ళే. అందులో 90 శాతం విద్యార్థులు ఎస్సీ, ఎస్టీ, బీసీ, మత మైనారిటీ వర్గాలకు చెందిన వాళ్ళే ఉన్నారు. తెలంగాణ ఉద్యమం ఇంత సుదీర్ఘంగా నిలబడగలిగింది అంటే ఈ ప్రత్యేక లక్షణం వలనే. ఈ లక్షణం వల్లే వాళ్ళు తమ చుట్టూ ఉన్న సమాజంలో నెలకొని ఉన్న వివిధ రాజకీయ, సామాజిక సమస్యలపై స్పందించారు. వాళ్ళు సమాజంలో జరిగే ప్రతి వివక్షా, దోపిడిపై సున్నితంగా ఉండడమే గాక, సమాజహితం కోసం ఏదైనా చేయడానికి ముందుకు వస్తారు.

రష్యా విప్లవంలో, ప్రజా విముక్తి పోరాటంలో విద్యార్థులు ప్రముఖ పాత్రను పోషించారు. 1919 'మే విద్యార్థి ఉద్యమం'లోనూ చైనా విముక్తి పోరాటంలో చారిత్రాత్మక పాత్రను పోషించారు. మహోన్నత త్యాగాలు చేయడం, ప్రజల పట్ల ఉన్న చిత్తశుద్ధి ద్వారా చైనా ప్రజలకు నమ్మకాన్ని, స్ఫూర్తిని ఇచ్చారు. ఫ్రెంచ్ విప్లవంలో అయితే మొత్తం విద్యార్థి సమూహాన్ని ఆకర్షించారు. తమ రోజ్‌రోటీ కోసం పోరాడుతున్న కార్మికులకు మద్దతుగా నిలిచారు. ఇటువంటి విద్యార్థి పోరాటాలను చరిత్రలో మనం ఎక్కడైనా చూడొచ్చు. ఆసక్తికరంగా, 1990ల తరువాత వచ్చిన ఉదార, వైయక్తికరణ, ప్రపంచీకరణ సంస్కరణ విధానాల వలన సామాజిక ఉద్యమాలు పెను సమస్యనే ఎదుర్కొంటున్నాయి.

సంక్షేమ, మానవత విధానాల నుండి రాజ్యం వైదొలగడంతో ఉద్యమాల పట్ల దాని వైఖరే పూర్తిగా మారిపోయింది. మండల్ కమిషన్ దాని అనంతర ఉద్యమాలతో విద్యార్థి ఉద్యమాల చరిత్ర వేగంగా మార్పులు చెందుతూ వచ్చింది. ఉద్యమాలు మెల్లిగా తగ్గుముఖం పట్టాయి. ఇంతకుమునుపు ఉన్నంత బలమైన, స్ఫూర్తివంతమైన విద్యార్థి ఉద్యమాలు ఇప్పుడు దేశంలో ఎక్కడా కానరావడం లేదు. భారత స్వాతంత్ర్య పోరాటంలో జరిగిన విద్యార్థి ఉద్యమాన్ని విదేశాల్లో చదివిన విద్యార్థులు ప్రారంభించారు. విద్యను పూర్తి అంకితభావంతోనూ, శ్రద్ధతోనూ చదివిన ఆ తరం స్వాతంత్ర్య ఉద్యమానికి చోదకశక్తిగా వ్యవహరించింది.

స్వాతంత్ర్య అనంతర భారతంలో వచ్చిన నక్సల్బరి ఉద్యమం విద్యార్థుల ఆలోచనల్లో మౌళిక మార్పుని తీసుకునివచ్చింది. బలమైన నాయకులకూ, మేధావులకు వేదికైన పోరాటాల నేలలో తెలంగాణా ప్రజలు అనేక ప్రజాస్వామిక, విప్లవోద్యమాల నుండి స్ఫూర్తినొందారు. ప్రత్యేక తెలంగాణ ఉద్యమాన్ని అన్ని రకాల అన్యాయాలకూ, సామ్రాజ్యవాదానికీ, అసమానతలకూ, దోపిడీకి వ్యతిరేకంగా

నిలబడిన సమాజ పోరాటంగా అర్థం చేసుకోవాలి. తెలంగాణ ఉద్యమం 'మా వనరులు మాకు కావాలి. మా విద్య మాకు కావాలి. మా పాలన మాకు కావాలి. ...ఇంకా ఇతర' నినాదాలను ఇచ్చింది. ఎన్నికల్లో ఉన్న రాజకీయ పార్టీలు ఈ నినాదాలను విద్యార్థులు రాజకీయా ఎజెండాలోకి తెచ్చాకే స్పందించాయి. విద్యార్థి ఉద్యమం చల్లారగానే మౌనం పాటించాయి. ఉస్మానియా యూనివర్సిటీ కేంద్రంగా ఇటీవల ఉద్యమం పెల్లుబికింది ఈ చారిత్రక కారణాలతోనే. ఉస్మానియా విద్యార్థులు బయటున్న సమాజానికీ, విద్యార్థులకు వెలుపల ఒంటరిగా లేరు. వీరిలో ఎక్కువ మంది వెనుకబడిన, అణగారిన వర్గాలకు చెందినా వాళ్ళు. ఇవే ఈ వీరోచిత పోరాటాన్ని అర్థం చేసుకోవడానికి ముఖ్యమైన అంశాలు.

వామపక్ష విప్లవ గ్రూపుల నుండి హిందుత్వ గ్రూపుల వరకు భిన్న భావజాలాలు విద్యార్థులలో ఉండేవి. ఐక్య కార్యాచరణ కమిటీ నాయకత్వంలో తెలంగాణ విద్యార్థి ఐక్య కార్యాచరణ కమిటీ ఏర్పడింది. ప్రత్యేక తెలంగాణ ఉద్యమాన్ని ప్రతిబింభించే భిన్న సముహాలనూ, భావాజాలాలను కలుపుకుంటూ తెలంగాణ ఉద్యమాన్ని ముందుకు తీసుకుపోవాలనే ప్రధాన నియమాన్ని పెట్టుకుంది. సీమాంధ్ర పాలకవర్గాలు చేసిన అన్ని రకాల పీడనలకు వ్యతిరేకంగా ప్రజాస్వామిక ఆకాంక్షను తెలంగాణ ఉద్యమం కలిగి ఉన్నది. వామపక్ష విప్లవ పార్టీలు 'ప్రజాస్వామిక తెలంగాణ' ఉద్యమ నినాదాన్ని ఇచ్చాయి. మారోజు వీరన్న నేతృత్వంలోని సీపీయూఎస్ఐ, తెలంగాణ మహాసభ 'సామాజిక తెలంగాణ' నినాదాన్ని ఇచ్చింది. ఉస్మానియా యూనివర్సిటీ విద్యార్థి రాజకీయాల్లో మారోజు వీరన్న ముద్ర ఉండేది. ఇప్పుడున్న చాలామంది విద్యార్థి నాయకులపైనా వీరన్న ఆలోచనల ప్రభావం ఉన్నది.

అవిభక్త ఆంధ్రప్రదేశ్‌ని అర్థం చేసుకోవడానికి సరిపడినంత సమాచారం, వివరాలు ఉన్నాయి. రెండవ దశ తెలంగాణ ఉద్యమం భూస్వామ్య, పెట్టుబడి, సామ్రాజ్యవాదాలకు వ్యతిరేకంగా పోరాడుతూ ప్రజాస్వామిక, సామాజిక తెలంగాణను డిమాండ్ చేసింది. విద్యా, ఉద్యోగం, వసతులు వారి ప్రధాన అంశాలుగా ఉన్నా వారు సమానత్వం, స్వయంపాలనను డిమాండ్ చేశారు. నలభై ఏళ్ల విద్యార్థి ఉద్యమ చరిత్రే దీనికి సాక్ష్యం. భూస్వామ్య పెట్టుబడిదారీవాదాల పట్ల తనకున్న అవగాహనతో విద్యార్థి ఉద్యమం బ్రాహ్మణీయ అగ్రకుల ఆధిపత్యాన్నీ, భూస్వామ్య దోపిడిని సవాల్ చేసింది. పెట్టుబడిదారీవాద ప్రభావంతో తెలంగాణ కోస్తాంధ్ర మధ్యనున్న ప్రాంతీయ అసమానతలనూ విద్యార్థులు అర్థం చేసుకున్నారు.

ప్రాంతీయ అసమానతలతో సహా అన్ని రకాల అసమానతలు పెరగడానికి పెట్టుబడిదారి సమాజపు లక్షణం దోహదం చేస్తుంది. దాని అర్థం చేసుకోవడానికి తెలంగాణ ఒక ఉదాహరణ. జాతి ఉద్యమాల్లో ఎప్పుడూ జాతీయ బూర్జువా ప్రయోజనాలు ఉంటాయి అనేందుకూ తెలంగాణలో ప్రస్తుతం నడుస్తున్న రాజకీయాలూ ఒక ఉదాహరణ. సరిగా గమనిస్తే జాతీయ బూర్జువా వర్గం చేసిన చిన్న త్యాగాలు కూడా ఉద్యమంలో లేవు. పైగా తమ సంకుచితమైన రాజకీయ ప్రయోజనాల కోసం ఉద్యమాన్ని హైజాక్ చేశారు. 1969 లో విద్యార్థులు పోరాటం మొదలు పెడితే ఇందిరాగాంధి డిమాండ్లను నెరవేర్చదు అని తెలిసినా! నెరవేరుస్తుంది అనే నమ్మకంతో చెన్నారెడ్డి ఉద్యమాన్ని హైజాక్ చేశాడు. చివరకు ఉద్యమాన్ని అంతం చేశాడు. ఇప్పుడు నడుస్తున్న తెలంగాణ ఉద్యమంలో కూడా 2009 నుండి టీఆర్ఎస్ అధినేత కే.చంద్రశేఖర్ రావు దాన్నే పునరావృతం చేస్తున్నాడు. ప్రజాస్వామిక డిమాండ్లు, ప్రజల ఆకాంక్షల పేరుమీదా బ్రాహ్మణీయ అగ్రకుల భూస్వామ్య శక్తులు దోపిడీకి పాల్పడతాయనేది దీనివలన స్పష్టం అవుతుంది. మరోవైపు తమ వర్గ ప్రయోజానాల కోసం బ్రాహ్మణీయ, భూస్వామ్య సాంస్కృతిక విలువలను ఉద్యమంలో ప్రవేశపెట్టే ప్రయత్నం బూర్జువా వర్గం చేస్తుంది. ప్రధాన స్రవంతి రాజకీయ పార్టీలు విద్యార్థి జేఏసి అనేక సందర్భాల్లో తీవ్రఘర్షణలు పడ్డాయి. అదేసమయంలో రాజకీయ పార్టీలకు అనుబంధంగా ఉండే విద్యార్థి విభాగాలు జేఏసి నుండి బయటకు వచ్చే సాహసం చేయడం లేదు. విశాల విద్యార్థి సమూహం తెలంగాణపై రాజకీయ పార్టీల విధానాలను వ్యతిరేకిస్తున్నాయి. అగ్రకుల, వర్గ ప్రయోజనాల కోసం, విద్యార్థులకు ప్రజల్లో ఉన్న పేరును తగ్గించేందుకే రాజకీయ జేఏసి అనేది అస్తిత్వంలోకి వచ్చింది.

రాజకీయ పార్టీలు, విద్యార్థి జేఏసి సిద్ధాంతపరమైన, రాజకీయ ప్రాతిపదికన స్పష్టంగా విభజింపబడ్డాయి. పోరాటాల ద్వారానే ప్రత్యేక తెలంగాణ సాధించగలమని విద్యార్థి జేఏసి విశ్వసించింది. ఆంధ్ర పెట్టుబడిదారీ వర్గం చేసే వనరుల దోపిడీని అరికట్టేందుకు, సామ్రాజ్యవాద అభివృద్ధి నమూనాను వ్యతిరేకించేందుకు విద్యార్థులు, ప్రజా సంఘాల ఆధ్వర్యంలో ఉద్యమం జరగాలని విద్యార్థి జేఏసి భావించింది. సామాజిక ప్రజాస్వామిక ఎజెండాతో కూడిన ప్రజాస్వామిక తెలంగాణే తమ లక్ష్యం అని ప్రకటించారు. అగ్రకుల బూర్జువాలు, రాజకీయ పార్టీల నాయకులు ఈ ఉద్యమాన్ని తెలివిగా ఉపయోగించుకుని ఉద్యమాన్ని తమ అధీనంలో ఉంచుకున్నారు. శాంతియుత, ప్రజాస్వామిక పోరాటంతో, ఎన్నికల ద్వారా

తెలంగాణను సాధించుకుందామని ప్రచారం చేశారు. శాంతియుత ఉద్యమం అని, తెలంగాణ రాష్ట్ర ఏర్పాటుతో సమస్యలన్నీ పరిష్కారమవుతాయని, ఉద్యమాన్ని ఎన్నికల రాజకీయాలకు దిగజార్చుతూనే విద్యార్థులను గొప్ప పోరాటయోధులుగా పదే పదే కొనియాడుతూ వారిని నమ్మించే ద్వంద్వ వ్యూహాలను ప్రయోగించారు.

విద్యార్థి జేఏసికీ ప్రధాన స్రవంతి రాజకీయ పార్టీలకు మౌలికమైన విభేదాలు ఉన్నాయి. విద్యార్థి జేఏసికున్న పరిమితుల కారణంగా రాజకీయ నాయకులు వారి ప్రతి పోరాటంలో మోసపూరిత, నిరుత్సాహపరిచే విధానాల ద్వారా ఉద్యమానికి ద్రోహం చేశారు. అయితే మొత్తం మీద ఇది విద్యార్థులు కేంద్రంగా ఉన్న ఉద్యమం. ఉద్యమాన్ని బలహీనపరిచేందుకు విద్యార్థి జేఏసీలో చీలికలు తీసుకురావాలని రాజ్యం, దాని సంస్థలు ఆలోచిస్తున్నాయి.అణచివేత, నిర్బంధం, ఆకర్షణ, లాబియింగ్ చేసే పద్ధతులను దానికోసం రాజ్యం కనుగొంది. చివరకు ఉద్యమం తాత్కాలికంగా వెనక్కి తగ్గింది. తెలంగాణ వంటి ఏ ప్రజాస్వామిక డిమాండ్ సాధించాలన్నా కార్మికవర్గ నాయకత్వం ఎంత అవసరమో ఈ ఉద్యమం ఋజువు చేసింది.

అంచెలంచెలుగా ప్రజలు సమూహంగా ఆధిపత్యాలకు వ్యతిరేకంగా చేసే కార్యాచరణే రాజకీయ మార్పుకు కారణమవుతుందని చెప్పేందుకు తెలంగాణ ఉద్యమం ఒక ఉదాహరణ. 1969 ఉద్యమంనుండి బలమైన విద్యార్థి నాయకత్వం సమాజానికి అందివచ్చింది. ఆ నాయకత్వమే తరువాత ఇక్కడ వచ్చిన అనేక సామాజిక, విప్లవ ఉద్యమాలకు నాయకత్వం వహించింది. బ్రాహ్మణీయ, భూస్వామ్య పెట్టుబడిదారి విధానాల సంకెళ్ళ నుండి ప్రజలను విముక్తం చేసేందుకు వారు దారులు వేశారు. తెలంగాణ జిల్లాల్లోని ప్రతి గ్రామంలో వారు నాడు వేసిన ప్రభావం ఇంకా ఉంది. పైగా అదే నాయకత్వం దేశంలోని అనేక రాష్ట్రాల్లో నక్సలైట్ ఉద్యమాన్ని ముందుండి నడిపిస్తోంది. అనేక సామాజిక, సాంస్కృతిక, రాజకీయ కారణాలవల్ల 1969 ఉద్యమంతో పోలిస్తే ఇప్పటి విద్యార్థి ఉద్యమానికి పరిమితులున్నాయి. రాజ్య నిర్బంధానికి వ్యతిరేకంగా ప్రత్యామ్నాయ రూపాలను ప్రస్తుత ఉద్యమం తీసుకోలేకపోతోంది. కొన్ని సందర్భాలలో రాజ్యంపై ఆధారపడటమో లేదా రాజ్యంతో చర్చలు చేయడమో చేస్తుంది తప్పా పోరాటం చేయడం లేదు. అనేక సందర్భాలలో వర్గ, కుల ప్రయోజనాలు నీరుగారిపోయాయి. నిజానికి డిసెంబర్ 2009 నుండి పూర్తిగా ఉద్యమం విద్యార్థుల నియంత్రణలో నడచింది. ఆ విద్యార్థుల సమూహంలో ఎస్సీ, ఎస్టీ, బీసీ నేపథ్యం నుండి వచ్చిన

నాయకత్వమే ఉంది. ఇదే కారణం చేత అగ్రకుల, బూర్జువ వర్గం రాజకీయ జేఏసిని ఏర్పాటు చేసింది.

కుల – వర్గ వైరుధ్యం, ఐక్యత ఉద్యమంలో అనేక సందర్భాల్లో కనిపిస్తుంది. విద్యార్థులు కూడా కులం, ఉపకులం ఆధారంగా విడిపోయారు. దీనికి అన్ని అస్థిత్వాలకన్నా కుల అస్థిత్వం బలంగా ఉండటమే కారణం.

రాజకీయ పార్టీల అవకాశవాదాన్ని, ఎన్నికల ప్రచార రాజకీయాలను సరైన సమయంలో జేఏసీ బహిర్గతం చేయలేకపోయింది. కొన్ని సందర్భాల్లో తమ వ్యక్తిగత ప్రయోజనాల కోసం సంబంధాలను నెరిపింది. జేఏసి నాయకత్వం, పాల్గొన్న విద్యార్థులు సామాజికంగా, ఆర్థికంగా వెనుకబడిన వర్గాలకు చెందిన మొదటితరం వాళ్ళు కావడం ఇందులో ప్రధాన పాత్ర పోషించింది. కోస్తాంధ్ర మధ్యతరగతి వర్గం ఆక్రమించుకున్న జీవనోపాధి అవకాశాలు తెలంగాణ వస్తే తమకు దక్కుతాయని అని వెనుకబడిన వర్గాల విద్యార్థులు అనుకున్నారు. అమాయక ఆంధ్ర సెటిలర్లను, బతుకుదెరువు కోసం వచ్చిన సీమాంధ్ర ప్రాంతం వారిని విద్యార్థులు ఏనాడూ ఏమీ అనలేదు. ఆధిపత్య దోపిడీ వర్గం, సీమాంధ్రకు చెందిన పెట్టుబడిదారులపై మాత్రమే దృష్టి సారించారు. బ్రాహ్మణీయ సంస్కృతికి వ్యతిరేకంగా కుల వ్యతిరేక ఉద్యమాన్ని ప్రచారం చేయడంపై ఉస్మానియా విద్యార్థులు ప్రత్యేక దృష్టిపెట్టారు. సైద్ధాంతికంగా తెలంగాణ ప్రత్యేక రాష్ట్ర డిమాండ్ అనేది ఒక పెటీ బూర్జువా డిమాండ్. అయితే, వివిధ రకాల సమస్యలు,వివిధ సెక్షన్ల ప్రజల ఆకాంక్షలు ఇందులో మిళితమై ఉండటం వలన ఇతర ప్రాంతీయ పోరాటాలతో పోల్చినప్పుడు భిన్నమైన కోణం కనిపిస్తుంది. ఎందుకంటే, ఇది విభిన్న భావజాలాల ద్వారా వివిధ సామాజిక సమూహాల ఆకాంక్షలు, అవసరాలకు ప్రాతినిధ్యం వహించడానికి ప్రయత్నించింది.ప్రజలు హృదయ పూర్వకంగా ఇంత సుదీర్ఘ కాలం పనిచేయడానికి గల కారణం అదే. ఒక పరిశోధన అంశంగా తెలంగాణ ఉద్యమాన్ని అర్థం చేసుకోవడంలో ఉస్మానియా విద్యార్థి ఉద్యమం ముఖ్యమైన భాగంగా ఉంటుంది.

www.ingramcontent.com/pod-product-compliance
Lightning Source LLC
LaVergne TN
LVHW090056230825
819400LV00032B/757
* 9 7 8 9 3 9 2 9 6 8 7 2 3 *